AA000514

B08KQH5X82

చిరంజీవి ఇందిరకు....

జవహర్లాల్ నెహ్రూ

(రాసిన లేఖలు)

అనువాదం:

కాటూరి వేంకటేశ్వరరావు

సోల్ డిస్ట్రిబ్యూటర్స్:

నవచేతన పబ్లిషింగ్ హౌస్

CHIRANJEEVI INDIRAKU - *Jawaharlal Nehru*

Telugu Translation by - Katuri Venkateswara Rao

ప్రచురణ నెం. : 354/77 R2

ప్రతులు : 500

ద్వితీయ ముద్రణ : నవంబర్, 2019

© రిజర్వుడ్

వెల: ₹ 80/-

ప్రతులకు:

నవచేతన పబ్లిషింగ్ హౌస్

గిరిప్రసాద్ భవన్, బండ్లగూడ(నాగోల్), జి.యస్.ఐ పోస్టు

హైదరాబాద్-500068. తెలంగాణ.

ఫోన్-అకౌంట్స్: 040-29884453

ఫోన్-గోడౌన్: 040-29884454

E-mail: navachethanaph@gmail.com

నవచేతన బుక్ హౌస్

బ్యాంక్ స్ట్రీట్ (అబిడ్స్), కూకట్‌పల్లి, కొండాపూర్,

హిమాయత్‌నగర్, బండ్లగూడ(నాగోల్)- హైదరాబాద్.

హన్మకొండ.

ముద్రణ: **నవచేతన ప్రింటింగ్ ప్రెస్,** హైదరాబాద్- 68.

ఈ లేఖలను అందుకొన్న

ఇందిరకే.....

తొలిపలుకు

1928వ సంవత్సరం వేసవిలో హిమవత్పర్వతమందలి మసూరిలో ఉన్న నా కుమార్తె ఇందిరకు నేను జనపద మందు ఉంటూ ఈ జాబులు వ్రాసితిని. పదేళ్ల వయస్సులో ఉన్న మా అమ్మాయికోసం వ్రాసిన ఈ జాబులను, నాకు ఆదర పాత్రులగు మిత్రులు చూచి, వీటిని ప్రకటిస్తే ఇతరులకు గూడ ఉపయోగిస్తవని చెప్పిరి. లోకంలో బాల బాలికలందరికి ఇవి రుచిస్తవో, లేదో? కాని, వీనిని చదివిన వారికి, ఈ లోకమందలి వేర్వేరు ప్రజలందరు ఏక కుటుంబీకులనే అభిప్రాయం క్రమంగా కలుగుతుందనే ఆశమాత్రం నాకు ఉంది. అంతేకాదు. వీనిని వ్రాసేటప్పుడు నేను పొందిన సంతోషంలో లవ లేశమైనా చదువరులు పొందవలెననే ఆశ ఒక వంక, పొందరేమో అనే సంశయ మొకవంక నాకు కలుగుతూ ఉంటవి.

ఈ జాబులు వ్రాస్తూ ఉండగానే వేసవి అంత మందటం, ఇందిర హిమాలయాలను దిగి రావటం జరిగింది. అందువల్ల ఈ జాబులు పూర్తి కాకుండా నిలిచిపోయినవి. *1929*లో ఇందిర మళ్ళా మసూరి వంటి చల్లని చోటికి వెళ్ళి ఉండటం పడలేదు. మూడు జాబులలో క్రొత్త ప్రకరణం ఆరంభం కావటంచేత చివరివి అస్థాన పతితాలుగా కనిపించే మాట నిజం. మళ్ళా వానిని కొనసాగించే తలపు లేక ఆ మూటిని గూడ వీనిలో చేర్చితిని.

ఆంగ్లములో వ్రాసిన కారణాన వీని ప్రయోజనం పరిమితమని ఎరుగుదును. ఈ లోపం తీరాలంటే వీనిని ఇతర భాషలలోకి అనువదించటమే మార్గం.

అలహాబాదు

నవంబరు 1929 — జవహర్లాల్ నెహ్రూ

ద్వితీయ ముద్రణ ప్రస్తావన

మా అమ్మాయికోసం వ్రాసిన ఈ జాబులు ప్రచురించటం యోగ్యమా అని చాలాకాలం వెనుకాడుతూ వచ్చాను. తీరా, ప్రచురించిన మీదట పత్రికలు, ఇతరులు చూపిన ఆదరంవల్ల నా భయసందేహాలు తీరిపోయి ధైర్యం చేకూరింది. ప్రథమ ముద్రణ ప్రతులు ఏనాడో చెల్లిపోవటం, గ్రంథకర్త చెంత ప్రతి అంటూ లేకపోవటం జరిగింది. అందువల్ల రెండోసారి ముద్రించవలసి వచ్చింది. చిన్న చిన్న లోపాలు సవరించటం తప్పితే ఈ ముద్రణలో వేరే మార్పు లేమీ లేవు.

ఈ చిన్న పుస్తకాన్ని లోకం ఆదరించటం చూచి కొత్తగా మరికొన్ని జాబులు దీనిలో చేర్చుదామనిపించింది కాని నేను వరించి చేపట్టిన దేశసేవ నాకు పోరాని బంధమై ఇతర వ్యాపారములలో వ్రేలు పెట్టే తీరికా, ఆసక్తీ లేకుండా చేసింది. క్రిందటి ఏడు నెయినీ చెరసాలలో ఉండగా మళ్ళా ఆ ఆలోచన కలిగింది; తీరిక గూడా చిక్కింది. కాని కారాగృహవాసం తరచు జాబులు వ్రాయటానికి, గ్రంథ సంపాదనకు అవకాశం ఈయదు. అది అలా ఉండగా, దిన దినం మన దేశ చరిత్రను తీర్చిదిద్దే ఆలోచనలతోనే సరి పోతూ వచ్చింది కాని గత చరిత్రను గూర్చి ఆలోచించే సావకాశం లేకపోయింది. చెరనుండి బయటపడటం, వారం దినాలు ముగియకుండా పునః ప్రవేశం చేయటం జరిగింది. కొన్ని నెలలలా గడచిపోయినవి. ఈ సంవత్సరారంభ దినాన ఈ జాబులు కొనసాగించాలనే ఉగాది సంకల్పం కలిగి వ్రాత ప్రారంభించి నంతలో అనుకోకుండానే జనవరి 26న చెర విడుదలయింది.

సాంసారిక వ్యథాలోక వ్యవహారాలనే సుడిగుండాలు చుట్టు ముట్టి నన్నిటూ అటూ పడ ద్రిప్పినవి. ఈ పని సాగించే చిత్త శాంతినీ, ఏకాంతాన్నీ ఇచ్చే బందిఖానా మళ్ళా ఎప్పటికి లభిస్తుందో?

ఈలోగా ఇందిర పెరిగి పెద్దదై జ్ఞానసముపార్జన చేస్తూ ఉంటే నేనే వెనుక బడిపోతానేమో!

అలహాబాదు
1931 అక్టోబరు

– జవహర్లాల్ నెహ్రూ

విషయసూచిక

1

ప్రకృతి గ్రంథము

మన మిద్దరం ఒక్క చోటనే ఉంటున్నప్పుడు నువ్వు అనేక ప్రశ్న లడుగుతూ ఉండటం, నే నేదో బదులుచెప్పటము కద్దు. ఇప్పుడు నువ్వు మసూరీలో, నేను అలహాబాదులో ఉంటున్నందువల్ల మన సంభాషణలు సాగటానికి వీలులేదు. కాబట్టి ఈ భూమండలాన్ని గూర్చి, దీనిలో ఉన్న చిన్నవీ పెద్దవీ దేశాలను గూర్చి నీ కప్పుడప్పుడు వ్రాసి పంపుతూ ఉంటాను. ఇంగ్లండు ఇండియాల చరిత్రలు నువ్వు కొంత కొంత చదివితివి. ఆ ఇంగ్లండనేది చిన్న లంక. మన ఇండియా పెద్ద దేశమే కాని ఈ భూమండలములో అదీ అల్ప భాగమే. ఇట్టి దేశాలింకా ఎన్నో వున్నవి. వానిలో ఎందరో ప్రజలున్నారు. కాబట్టి మనం ఉంటున్న ఈ అల్ప భూభాగాన్ని గురించి తెలుసుకొన్నంత మాత్రాన భూలోక గాథ అంతా తెలిసినట్లు కాదు.

ఈ జాబుల్లో నేను చెప్పగలిగేది కొంచెమే అయినా వీనివల్ల నీకు కొంత ఆస్థ (అవగాహన) కలుగుతుంది. ఈ భూలోకమంతా ఏకమనీ, ఇందలి ప్రజలందరు ఏకోదరులనీ నీ మనస్సుకు వస్తుంది. నువ్వు పెద్దదానవై, భూమండలాన్ని గూర్చి, అందుండే ప్రజలను గూర్చి ఉద్గ్రంథాలు చదువుతావు. ఆ గ్రంథాలకుండే రుచి మరి ఏ కథలకు, నవలలకు గూడా లేదని నీకే తెలుస్తుంది.

ఈ భూమండలం చాలా పురాతనం. దీనికి కోట్లకొలది ఏండ్లు గడచినవని ఎరుగుదువు కదా. మానవజాతి అవతరించే నాటికే భూమికి వయస్సు చాలా

ముదిరింది. మనుష్యులకంటె మృగాలే ఈ భూమికి ప్రాతకాపులు. మృగాలకంటె ముందు భూమిపై ఎట్టి జీవము ఉండేది కాదు. నేడు ఇన్ని మానవజాతులకు, జీవకోట్లకు నెలవై ఉన్న ఈ లోకం ఒకప్పుడు ప్రాణిశూన్యంగా ఎందుకున్నదో! ఇది అంతా లెస్సగా విచారించిన శాస్త్రవేత్తలు – ఈ భూమి ఆ కాలంలో కుతకుత ఉడుకుతూ ఉండేదనీ, అందువల్ల ప్రాణికోటికి దీనిపై నిలిచే ఆస్కారం లేకపోయిందనీ చెపుతారు. వారు వ్రాసిన గ్రంథాలు చదివి, పురాతన శిలలను, వాటిలో కనిపించే ఆనాటి జంతువుల ఆనవాళ్లను (ఫాసిల్లు) మనం పరిశీలిస్తే వారు చెప్పింది సత్యమే కావచ్చు ననిపిస్తుంది.

చరిత్ర గ్రంథాలు ఇప్పుడంటే వచ్చినవి కాని, పూర్వం మనుష్యులే లేరుకదా, గ్రంథా లెక్కడినుంచి వస్తవి? మరి ఆనాటి చరిత్ర మనకెలా తెలుస్తుంది? మనం తిని కూర్చుండి ఊహలపై ఊహలు అల్లుతూ, సుందరమైన గంధర్వలోకాన్ని కల్పించుకుంటూ పోతే అది అంతా నిజమెలా అవుతుంది? మనం కళ్లార చూచి తెలుసుకొన్నదే కదా సత్యం? అలా చూచినవారు వ్రాసిన గ్రంథాలు లేనప్పుడు ఆకాలపు చరిత్ర తెలుసుకోవటం సాధ్యం కాదుకదా, అంటావేమో. అయితే, విను చెపుతాను. ఆనాటి కొండలు, గుట్టలు, నదులు, నక్షత్రాలు, ఎడారులు, సముద్రాలు, జంతువుల అస్థిశేషాలు (ఫాసిల్లు) నేటికీ మన అదృష్టంకొద్దీ నిలిచి ఉన్నవి. ఇంచుమించు గ్రంథాలంత వివరంగా ఇవీ, ఇట్టివే మరికొన్నీ ఆనాటి చరిత్రను మనకు చెప్పగలవు. ఒకరు వ్రాసిన పుస్తకాలవల్ల గాక, ప్రకృతియే వ్రాసిపెట్టిన మహాగ్రంథంవల్ల ఆనాటి గాథ అంతా మనం తెలుసుకోవచ్చు. త్వరలోనే నువ్వు గుట్టలను, రాళ్లను పరిశీలించి, భూలోక గాథ తెలుసుకో ఆరంభిస్తావనుకుంటాను. త్రోవలో కనిపించే ప్రతి రాతిముక్కా, పర్వత పాదాలందు పడి ఉండే ప్రతి శిలాఖండమూ – భూలోక చరిత్ర గ్రంథంలో ఒక్కొక్క పుటవంటి దనుకో వాటిని చదవనేర్చినవారి కవి ఎన్నెన్నో విశేషాలను బోధిస్తవి. ఆ గ్రంథాన్ని చదవటం ఎంత ఇంపుగా ఉంటుందను కొన్నావు! అక్షరమాలను ముందుగా నేర్చుకుంటే

తప్ప హిందీగాని, ఇంగ్లీషుగాని, ఉర్దూగాని నువ్వు చదువలేవు. అలాగే, రాళ్ళు రప్పల్లో ప్రకృతి రచించి ఉంచిన స్వీయకథను నువ్వు చదవాలంటే ఆమె భాషను ముందుగా నేర్చుకోవాలి. ఆ భాష నీ కిప్పటికే కొంత వచ్చి ఉంటుంది. నున్నగా మెరుస్తూ కనిపించే ఆ గుండ్రాయి నడుగు, తన చరిత్ర నది వినిపిస్తుంది. ఏదయినా రాతిని ముక్కలుచేస్తే, ప్రతిముక్కా మూలలు, అంచులు దేరి గరుకుగా ఉంటుంది కదా! మరి దీని కీ నున్న దనం, గుండ్రదనం ఎలా వచ్చినవి! ఇది ఎందుకిలా మిలమిల లాడుతూ ఉంది? చూచే కళ్లూ, వినే చెవులూ ఉంటే అది తన కథను తెలియజెప్పుతుంది. ఒకా నొకప్పుడు, అంటే చాలా పురాతన కాలాన అది కూడా అన్ని రాతిముక్కల వంటిదే. అంచులతో, కోణాలతో అదీ గరకుగానే ఉండేది. ఏ పర్వత పాదం చెంతనో అది చాలాకాలం పడి ఉండి కాబోలు. అలా ఉండగా, వానలు కురిసి లోయలలోకి దొరలింపగా అది ఒక కొండ వాగులోకి పోయి పడింది. ఆ వాగు దానిని నదీ ప్రవాహంలోకి చేర్చింది. ఆ నదీ గర్భంలో పడి అది అచట దొరలాడుతూ ఉండగా ఉండగా, దాని అంచులు కోణాలు అరిగిపోయి, నున్నగా, గుండ్రనదేరి, మిలమిలా మెరయసాగింది. ఇదీ ఆ గుండ్రాయి కథ. అది నదీ గర్భంలోనుంచి ఎలాగో బయటబడి నీకు కనిపించింది. లేకుంటే, ఆ నదీ ప్రవాహంలో అది ఇంకా ఇంకా అరిగి, తరిగి చిన్న నలుసై, తుదకు ఇసుక రేణువై, సముద్రతీరమందుండే తోడి ఇసుక రేణువులలో చేరిపోయేది. అప్పుడా ఇసుక రేణువులలో ఆడుకొనే పిల్లలు వాటితో పిచ్చుక గూళ్లు కట్టుకొనే వారు.

ఈ చిన్న గుండ్రాయే ఇంత కథ చెప్పగా, మన చుట్టూ కనిపించే ఈ పర్వతాలు, రాళ్లగుట్టలు మొదలైనవన్నీ ఇంకా ఎంత కథ చెప్పగలవో ఆలోచించు!!

②

ప్రాచీన చరిత్ర ఎలా రచితమయింది?

ప్రకృతి అనే గ్రంథంవల్లనే భూమండల ప్రాచీన చరిత్ర తెలిసికోవలసి ఉంటుందని నిన్నటి జాబులో తెలిపితిని. మనం చూస్తున్న ఈ పర్వతాలు, నదులు, లోయలు, సముద్రాలు, అగ్నిపర్వతాలు - ఇవి అన్నీ ఆ గ్రంథంలోనివే. మన కనులముందు ఇలా తెరచికొనియున్న గ్రంథాన్ని ఎవరో కొద్దిమంది తప్ప ఇతరులు పారజూడరు; పఠింపరు. చదివి, గ్రహింప నేర్చినవారికి ఆ గ్రంథంలో చక్కని కథలు కొల్లలు. గంధర్వలోక కథలకంటె ఇంపైన కథలు ఈ రాతి పుటలలో చదువుకోవచ్చు.

భూమిపై నరులు, ఇతర ప్రాణులు లేని ఆ పురాతనకాల చరిత్రను ప్రకృతి గ్రంథమే మనకు కొంత కొంత తెలుపుతుంది. తొలుత ఈ భూమిపై ప్రాణులు పుట్టినవైనం క్రమంగా అవి వృద్ధిచెందటం, ఆ వెనుక పురుషులు స్త్రీలు ఉద్భవించటం - ఈ కథంతా ఆ గ్రంథం చదువుతూ ఉంటే తెలుస్తుంది. అప్పటి స్త్రీలు పురుషులు మనలాగ కాక, మృగాలలాగ సంచరిస్తూ ఉండేవారు. క్రమంగా వారికి అనుభవం కలిగినకొద్దీ ఆలోచించట మొకటి అలవడింది. ఈ యాలోచనే వారిని మృగాలనుండి వేరుపరచింది. ఆలోచనా శక్తివల్లనే వారు పెద్ద పెద్ద క్రూరమృగాలకంటె బలవంతులయినారు. ఏనుగును చూచితివిగా, అది ఎంత పెద్ద జంతువో, ఎంత బలంగలదో! దానిముందు మావటివాడెంత? వ్రేలెడు. అటువంటి మావటీడు ఏనుగు మూపుపై నెక్కి, దానిని చిత్తం వచ్చినట్లు నడిపించ గలగటం వాని ఆలోచనాశక్తివల్లనే కదా! ఈ శక్తి పెరిగిన కొద్దీ వాని తెలివితేటలు పెరిగి, జ్ఞానవంతుడైనాడు. నిప్పు రాజెయ్యడం, తిండికోసం నేలను దున్ని పంట పండించడం ఒడలికోసం

వస్త్రములు నేయడం, తలదాచుకొనుటకై ఇండ్లు కట్టడం - ఇలా ఒక్కొక్కటే బుద్ధిబలంవల్ల సాధించాడు. స్త్రీ పురుషులు పెక్కుమంది ఒకచోటే ఉంటూ ఉన్నందువల్ల పట్టణా లేర్పడినవి. పట్టణాలు కట్టక పూర్వం మనుష్యులు ద్రిమ్మరీండ్లవలె తిరుగుతూ, ఏ గుడారముల్లోనో తలదాచుకొనేవారు. అప్పటి కింకా భూమి దున్ని పంటలు పండించడం వారెరుగరు. ఇప్పుడు మనం తినే బియ్యము, గోధుమలు, రొట్టెలు, కాయగూరలు కూడా ఆనాడు లేవు. అడవి దుంపలతో, పండ్లతో వారు పొట్ట నింపుకొనేవారు. లేదా, మృగాలను చంపి, ఆ మాంసం తిని బ్రతికేవారు.

పట్టణవాసం అలవడిన మీదట మనుష్యులు ఇతర వృత్తులు, కళలు నేర్చుకొన్నారు. వ్రాయడం కూడా అభ్యసించారు. అప్పటి కింకా కాగితం చేయట మెరుగరు కనుక భూర్జపత్రాల మీదనో, తాళపత్రాల మీదో వ్రాసికొనేవారు. ఆంగ్ల భాషలో బర్చ్ అనేది ఈ భూర్జవృక్షమే నేమో. ఆకాలాన తాళపత్రాలపై వారు వ్రాసిన పుస్తకాలెన్నో ఇప్పటికీ గ్రంథ భాండాగారాలలో నీకు కనిపిస్తవి. ఆ పిమ్మట కాగితంవచ్చి, వ్రాత తేలికయింది. నేడంటే అచ్చు వచ్చింది కనుక గ్రంథ ప్రతులు వేలకొలది ముద్రించి వేస్తున్నవి కాని, ఆ నాళ్లలో ఒక గ్రంథం వ్రాయవలెనంటే, దానికి ప్రతి సిద్ధం చేయవలెనంటే ఎంతో కష్టమయ్యేది. కనుక గ్రంథాలు విరివిగా ఉండేవికావు. పుస్తకాల అంగడికి వెళ్ళి కొని తెచ్చుకొందామంటే దొరికే రోజులు కావవి. పుస్తకం కావలసివస్తే ఎవరివల్లనో ప్రతి వ్రాయించాలి; దాని కెంతోకాలం పట్టేది. కాని ఆ కాలపు వ్రాత చూడముచ్చటగా ఉండేది. ఇంపులొలికే ఆ వ్రాత పుస్తకాలు ఇప్పటికీ మన భాండాగారములలో ఎన్నో ఉన్నవి. సంస్కృత,

పారసీక, ఉరుదూ గ్రంథాలకు మన దేశంలో కొందరు వ్రాసిన ప్రతులు చూస్తే, ఆ పుస్తకపుటల అంచులలో వారు లిఖించిన లతలు పువ్వులు కనుల పండువుగా ఉంటవి.

పట్టణాలు పెరగడంతో దేశా లేర్పడినవి. ఒక్కొక్క దేశంలో ఒక్కొక్క జాతి ప్రజలు నివసిస్తూ, తమలో తాము కలుపుగోలుగా ఉండేవారు. పొరుగుదేశ ప్రజలకంటె తాము అధికులమనుకొని, వివేకహీనులై వారితో కయ్యాలకు దిగేవారు. యుద్ధాలలో ఒకరి నొకరు చంపుకోవటం కంటె తెలివిమాలినపని మరొకటి ఉండదని నాటికీ నేటికీ మానవులు గ్రహించనే లేదు. యుద్ధంవల్ల అందరికి చెరుపేకదా!

ఆనాటి నగరాలలో, దేశాలలో ఏమి జరిగిందో తెలియజెప్పే ప్రాత పుస్తకాలయితే ఉన్నవి కాని, అవి ఆట్టే లేవు. ఇతర ఆధారాలు కూడా కొన్ని లభిస్తున్నవి. ఆ కాలపు రాజులు, చక్రవర్తులు తమ రాచరికాలను గూర్చి శిలలమీద, స్తంభాలమీద శాసనాలు చెక్కించేరు. వ్రాత పుస్తకాలయితే చెదలు పట్టి, చివికిపోతవి కనుక చిరకాలం నిలిచి ఉండవు. రాళ్లు మాత్రం చాలాకాలం చెక్కు చెదరకుండా ఉంటవి. అలహాబాదు కోటలో ఉన్న అశోకుని శాసన స్తంభం గురుతు ఉంది కాదూ నీకు? దానిపై పెక్కు వందల ఏండ్ల క్రితం భారత చక్రవర్తియైన అశోకుడు శాసనం చెక్కించాడు. లక్నోలో పురాతన వస్తువులను భద్రపరిచి ఉంచిన మ్యూజియంలోకి వెళ్లిచూస్తే రాళ్లపై చెక్కిన శాసనా లెన్నో కనుపిస్తవక్కడ.

ఇలా ప్రాత చరిత్రలు పఠిస్తూ ఉంటే పురాతన కాలమందు చీనా, ఈజిప్టు వాసులు చేసిన ఘనకార్యాలన్నీ మనకు తెలిసి వస్తవి. అప్పటికింకా యూరోపుఖండ ప్రజలు ఆటవిక బృందాలై తిరుగుతూ ఉండేవారు. మన ఇండియాలో ఆనాటికే రామాయణం, మహాభారతం అనే గొప్ప గ్రంథాలు పుట్టినవి. మన దేశం సకల సంపదలతో తులదూగుతూ, శక్తిమంతంగా ఉండేది. అటువంటి దేశం ఇప్పుడు పరులపాలైపోయి, నిప్పచ్చరంలో మునిగి తేలుతూ ఉంది. ఏమి చేయుటకూ చేతగాని అస్వతంత్రులమై పోయినాము. ఈ దేశం ఎప్పుడూ ఇలాగే ఉందనుకోకు. ఇప్పుడైనా మనం శ్రమల కోర్చి ప్రయత్నించితే, మన దేశం మళ్లా స్వతంత్రమై, మన ప్రజల దురవస్థ వదలిపోనూవచ్చు; యూరోపు ఖండంలో కొన్ని దేశాలలోలాగ మన దేశంలో కూడా ప్రజలు సుఖంగా బ్రతకనూ వచ్చు.

మనోరంజకంగా ఉండే ఈ భూలోక గాథను తరువాతి జాబులో నీకు చెప్ప నారంభిస్తాను.

③

భూమి పుట్టుక

సూర్యుని చుట్టిభూమీ, భూమిని చుట్టి చంద్రుడూ తిరుగుచుండునని నీ వెరిగినదే. భూమి వలెనే మరియెన్నో ఇతర గోళములు సూర్యుని చుట్టి తిరుగుచుంటవని కూడ ఎరిగి యుందువు. ఇలా తిరిగే మన భూమినీ, ఇతర గోళాలనూ సూర్యునకు ఉపగ్రహాలంటారు. భూమిని చుట్టి తిరుగుచు ఉండే చంద్రుడు భూమికి ఉపగ్రహం. ఇట్లే ఇతర గ్రహాలకు ఉపగ్రహాలున్నవి. ఈ ఉపగ్రహాలు; గ్రహాలు, సూర్యుడు - ఇవి అన్నీ ఏక కుటుంబంలోనివి. దీనిని సౌరకుటుంబమంటారు. సూర్యుడే ఈ కుటుంబ మంతటికీ మూలమైన అధినేత కావడం వల్ల దీనికి సౌరకుటుంబమని పేరు వచ్చింది.

రాత్రివేళ వేలకొలది నక్షత్రాలు కనిపిస్తవి. వీనిలో కొన్ని మాత్రమే గ్రహాలు. ఈ గ్రహాలనేవి వాస్తవానికి నక్షత్రాలు కానే కావు. మన భూమి మొదలైన ఈ గ్రహాలు నక్షత్రాలకంటె చాలా చిన్నవి. అయినా, ఇవి మనకు దగ్గరలో ఉండటంవల్ల పెద్దవిగా కనిపిస్తవి. మనకు మరీ సమీపంలో ఉండటంవల్లనే చంద్రుడు, వట్టి పసికందైె కూడా, అంత పెద్దగా కనిపిస్తున్నాడు. నక్షత్రాలేవో, గ్రహాలేవో తెలిసికోవాలంటే నీకు మరో గుర్తు చెపుతున్నాను. మినుకు మినుకుమని మెరిసేవి నక్షత్రాలు, తక్కినవి గ్రహాలూను. సూర్యకాంతి తప్ప గ్రహాలకు సొంత కాంతి

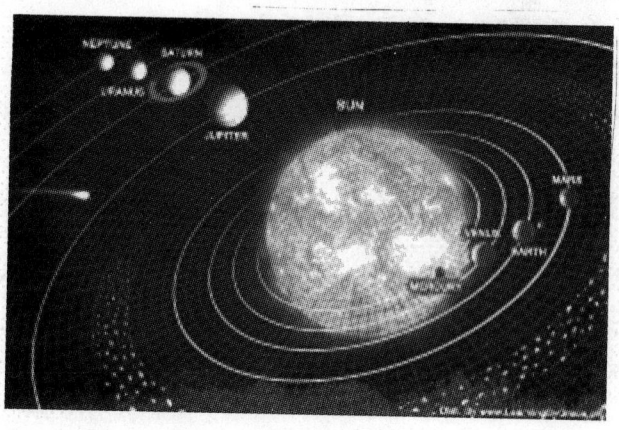

లేదు. సూర్యకాంతి ఈ చంద్రాది గ్రహాలపై పడి మనకలా కనిపిస్తున్నవి. నక్షత్రాలట్టివి కావు. సూర్యునివలె అవిన్నీ స్వతః ప్రకాశిస్తూ కణ కణ మండుతూ ఉంటవి. నిజానికి సూర్యుడు కూడా నక్షత్రమే. మనకు దగ్గర కావడంవల్ల పెద్ద అగ్ని గోళంవలె కనిపిస్తున్నాడు.

ఇంతకూ, మన భూమి సౌరకుటుంబంలోని దన్నమాట. మనం భూమి చాలా పెద్దదనుకుంటాము. మన అల్పత్వంతో పోల్చి చూస్తే అది పెద్దదే కూడాను. వేగంగా పోయేరైలు బండో, స్టీమరో ఎక్కినప్పటికీ భూమిపై ఒకచోటునుంచి మరో చోటు చేరటానికి వారాలూ నెలలూ పట్టుతవి. మన కింత పెద్దదిగాతోచే భూమి వాస్తవానికి, గాలిలో తేలియాడే రజఃకణంవంటిది. సూర్యుడు మనకు కోట్లకొలది మైళ్ళ దూరాన ఉన్నాడు. నక్షత్రాలు ఇంకా దూరాన ఉన్నవి.

జ్యోతిశ్య శాస్త్రవేత్తలు ఈ భూమి, ఈ గ్రహాలు అతి పురాతన కాలాన సూర్యుని నుండి విడివడిన వంటారు. సూర్యుడు అప్పుడు ఈలాగే భగభగ మండుతూ ఉండేవాడు. ప్రచండమైన ఆ అగ్ని గోళం నుండి ఎట్లో తునిగి ఆకాశంలో చెదరి పడిన ముక్కలే గ్రహాలన్నీ. సూర్యుని నుండి ఇలా వేరుపడిన వన్న మాటేగానీ ఈ గ్రహాలు ఆ తండ్రితో బంధాన్ని చప్పగా త్రెంచుకోలేక అతని చుట్టూ తిరుగుతున్నవి. బంధమంటే అదేమీ త్రాడు కాదు సుమా! కాదు గాని దాని కద్భుతమైన శక్తి ఒకటున్నది. ఆ ప్రభావం వల్లనే పెద్ద వస్తువులు చిన్న వస్తువులను తమ వంకకులాగు కొంటూ ఉంటవి. బరువైన వస్తువులు క్రిందకు పడిపోవడం కూడా దానివల్లనే. కనుకనే మన అందరికంటె పెద్దదైన భూమి మన సమస్తమును తన వంకకు లాగుకొంటున్నది. మన భూమి ఈ విధంగా సూర్యుని నుండి ఎగిరి ఈవల పడింది. ఆ పడినప్పుడు సెగలు పొగలు చిమ్ముతూ ఉన్నా, ఈ భూగోళం సూర్యునికంటె చిన్నదైనందున క్రమంగా చల్లబడుతూ వచ్చింది. సూర్యుడూ అలాగే చల్లబడుతున్నా, చప్పగా చల్లారవలెనంటే కోట్లకొలది యేండ్లు పట్టుతవి. భూమి చల్లారుటకు అంత దీర్ఘకాల మక్కరలేక పోయింది. ఇది మండుతూ ఉండే మొదటి నాళ్లలో దీనిపై మనుష్యులు మృగాలు మసల వీలయ్యేదికాదు. చెట్టు చేమ మొలిచేది కాదు. ఆ మంటల్లో దగ్ధమై పోవలసిందే.

సూర్యుని నుండి ఊడిపడిన ఒక ముక్క ఇలా భూమి అయిందనుకో; అలాగే భూమినుండి ఊడిన ఓ ముక్క చంద్రుడయింది. అమెరికా జపానుల మధ్య పసిఫిక్కు సముద్ర మనే మహాఖాతం ఉన్నదే, అది భూమినుండి చంద్రుడు తునిగిపోవడంవల్ల ఏర్పడిన పల్లమే అంటారు చాలా మంది.

భూమి చల్లారిందంటే ఒక పట్టున చల్లారిందా? దానికీ చాలాకాలం పట్టింది. కొంత కాలానికి పైపొర చల్లారిందనుకో, ఇంకా లోపలిభాగం మండుతూనే ఉంటుందిగా. అందువల్లనే మనమిప్పుడు బొగ్గుగనులలో క్రిందికి దిగిపోయినకొద్దీ వేడి వేడిగా ఉంటుంది. భూగర్భంలోకి ఇంకా ఇంకా చొచ్చుకుపోగలిగితే అచట భగభగ మండుతూ ఉంటుందేమో. ఈలాగే చంద్రుడూ చల్లబడ నారంభించాడు. భూమికంటె చిన్నవాడు కావడంవల్ల త్వరగా చల్లబడ్డాడు. చంద్రుని చల్లదనం ఎంతో ఆహ్లాదకరంగా ఉంటుంది కాదూ? అందుకనే అతణ్ణి 'చలివెలుగు' అంటారు. అతని నిండా మంచుదిబ్బలు, మంచు కాలువలు ఉంటవి కాబోలు.

భూమి చల్లబడినప్పుడు గాలిలో ఉండే తేమ అంతాచిక్కనై, నీరై, భూమిపై వర్షించింది కాబోలు. ఆ అఖండవృష్టి ఎంత బెడిదంగా (భయంకరంగా) పడిందో కాని ఆ నీరంతా పల్లాలకు పారి ఈ సముద్రములు, మహాసముద్రాలు ఏర్పడినవి.

భూమీ, సముద్ర జలమూ చల్లబడిన కొద్దీ నీళ్లలోను, నేలమీదా జీవజాలం బ్రతకటానికి ఆస్కారం కలిగింది. ఈ జీవసృష్టి ఎలా బయలుదేరిందో ఈసారి జాబులో ఆలోచించుదాము.

④

మొదటి జీవులు

ఈ భూమి చిరకాలం తుకతుక ఉడుకుతూ ఉన్నందువల్ల ప్రాణికోటికి దీనిపై ఉండే ఆస్కారం లేకపోయిందని క్రిందటి జాబులోనే అనుకున్నాము. అయితే మరి జీవకోటి కీ భూమి ఎప్పుడు నెలవయింది, ఆ మొదటిజీవు లెటువంటివి అని ఆలోచించాలి. ఈప్రశ్న చాలా ఇంపైనదే కాని దీనికి జవాబు చెప్పడం మాత్రం చాలా కష్టం. అసలు జీవమంటే ఏమిటో ముందు తెలిసికొందాము. మనుష్యులు, మృగాలు - ఇవే జీవులనబోతావేమో; మరి మొక్కలు, పూలు, ఓషధులు - వీటి మాటేమిటి? ఇవీ జీవిస్తున్నవే కదా పెరగడం, నీరు త్రాగటం, గాలిపీల్చడం, చావటం - వీనికీ ఉందాయెను. కాకుంటే జంతువులు కదులుతవి, చెట్లు కదలలేవు. ఇంతే భేదం. లండనులో క్యూతోటలో నీకు కొన్ని మొక్కలను చూపెట్టాను, జ్ఞాపకమున్నదా? ఆర్చిడ్లు, పిచర్లు అనే ఆ మొక్కలు ఈగలను తినివేస్తవి. సముద్రపు టడుగున పాచి వంటి జీవులు కొన్ని ఉన్నవి. అవి కదలలేవు. కనుక ఈ ప్రాణులలో ఏది జంతువో, ఏది చెట్టో ఒక పట్టున తెలిసికోలేము. జంతువు, చెట్టూ కాని ఈవింత ప్రాణులను గూర్చి నువ్వు వృక్ష శాస్త్రము, జంతుశాస్త్రము చదివినప్పుడు తెలిసివస్తుంది.

రాళ్లకు రప్పలకు గూడ, మనకు కన్పించకపోయినా, ప్రాణముందనీ, వాటికీ కష్ట సుఖాలున్నవనీ అంటారు కొందరు. మనం జినీవాలో ఉండగా సర్ జగదీశవసు అనే మహనీయుడు మనలను చూడవచ్చేడు, జ్ఞాపకమున్నదా? చెట్లకు చేమలకు ప్రాణము ఉందనీ, రాళ్లకు కూడా ప్రాణం కద్దనీ ఆయన ప్రత్యక్షంగా చూపెట్టేడు.

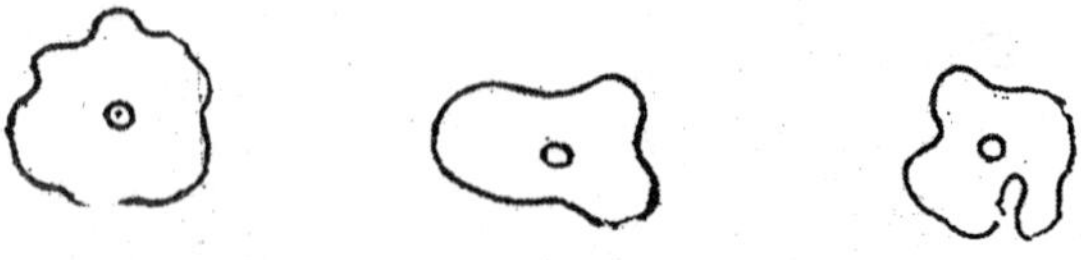

కనుక ఇది ప్రాణి, ఇది జడం అని తెలిసికోవటం సులభం కాదు. ప్రస్తుతం రాళ్లనలావదలి, చెట్లను, జంతువులను గూర్చి ఆలోచించుకొందాము. మనకు

కనిపించే ఈ ప్రాణికోటి అమితంగాను, అనేక విధాలుగాను ఉంది. స్త్రీలు, పురుషులు ఉన్నారు. వీరిలో బుద్ధిశాలురూ, బుద్ధిహీనులూ కనిపిస్తున్నారు. అలాగే జంతువులలోను ఏనుగు, కోతి, చీమవంటి తెలివైననీ ఉన్నవి; కొన్ని బొత్తిగా తెలివిమాలినవీ ఉన్నవి. ఇంకా క్రింది శ్రేణిలో చేపలు మొదలైన జలజంతువు లున్నవి. వానికంటె అడుగున పాచివంటి ప్రాణులు, తాటిముంజెవంటి జెల్లీచేపలు, సగం చెట్టూ, సగం జంతువూ అనిపించేవీ ఉన్నవి.

ఇన్ని రకాలుగా ఉన్నఈ ప్రాణులన్నీ, ఉన్నట్లుండి, ఒక్కసారిగా పుట్టుకు వచ్చినవా, క్రమ క్రమంగా బయలు దేరినవా? అని మనం ఆలోచించాలి. దీనిని తెలియజెప్పే ప్రాచీన గ్రంథాలున్న వేమో అంటే, లేవు, మరి, ఎలా తెలిసికోవటం? పోనీ, మన ప్రకృతి గ్రంథం విప్పి చూద్దాము, అది ఏమంటుందో! పురాతన శిలల్లో జంతువుల అస్థిశేషాలుంటవి కాదూ. ఆ పర్వతాలు ఏర్పడే రోజుల్లో వానియందు జంతువులు తిరుగుతూ ఉండేవి. రాళ్ల పొరల్లో మనకు కనిపించే ఎముకలగూళ్లు ఆ జంతువులవే. ఫాసిల్లు అనే ఆ యెముకల గూళ్లలో - చిన్నవీ పెద్దవీ ఎన్నో లండనులో సౌతు కెన్సింగ్టను పురావస్తుశాలలో (మ్యూజియం) మనం చూడలేదూ?

జంతువులు చనిపోగానే వానిలో ఉండే మెత్తని మాంసమూ, అదీ త్వరగా కుళ్లి, చెడిపోయినా, గట్టిగా ఉండే ఎముకలు చిరకాలం నిలిచి ఉంటవి. అలా నిలిచివున్న ఎముకలే పురాతన జంతువులను గూర్చి మన కిప్పుడు కొంత కొంత తెలియజెప్పుతున్నవి. మరి, ముంజెవంటి జెల్లీ చేపకు ఎముకలే ఉండవు కనుక, చనిపోయిన పిమ్మట వాని ఆనవాలేమీ మిగులదు.

పర్వతాలను మనం చక్కగా పరిశీలించి, వానిలో దొరికే ఎముక గూళ్లను సంపాదించి చూస్తే, భిన్న కాలాల్లో భిన్నజాతి మృగాలుండేవని తెలుస్తుంది. అవి యన్నీ ఒక్క సారిగా ఆకాశం నుంచి ఊడిపడినవి కావు. మొదట నత్తలు, గుల్లలు వంటి చేపలుండేవి. సముద్రపు టొడ్డున నువ్వు రంగు రంగుల గుల్ల లేరుకొంటావు చూడూ, అవి అన్నీ ఆ ప్రాణుల ఎముకల డొల్లలే. తరువాతి కాలాన పాములు, ఏనుగులకంటె పెద్ద జంతువులు, మనము ఇప్పుడు చూచే పిట్టలు,

మృగాలవంటి ప్రాణులు కనిపిస్తవి. తుట్టతుదకు మనుష్యుల ఆనవాళ్లు దొరకుతవి. ఈ విధంగా ప్రాణికోటిలో మొదట నత్తల వంటి అల్పజీవులు, పోను పోను మిశ్రలక్షణాలు గల ఉన్నతజాతి జీవులు, తుట్టతుదకు, సృష్టి, కంతటికి కిరీటం వంటి మనుష్యుడు – ఇలా క్రమ వికాసం పొందినట్లు కనిపిస్తుంది. వట్టి సముద్రపు పాచీ, నత్తలూ వంటి క్షుద్ర ప్రాణులు, ఎలా క్రమంగా మారిపోయి, ఇంతటి వృద్ధి వికాసాలు పొందినవో అనే విచారణ ఎంతో ఇంపుగా ఉంటుంది. ఆ విచారణ మరొకప్పుడు చూచుకుందాం; ప్రస్తుతం ఆదికాలపు ప్రాణులను గూర్చి విచారించుదాం.

భూమి చల్లబడిన పిమ్మట, డొల్లలు ఎముకలు లేక మెత్తగా ఉండే జెల్లి చేపలు సముద్రంలో మొట్ట మొదట బయలు దేరినవి కాబోలు. ఎముకలు లేని కారణాన వాటి ఆనవాళ్లు మిగులలేదు కనుక వాటిని గూర్చి మనం ఊహలు అల్లు కోవలసిందే. ఇటువంటివి అనేకంగా నేటికీ సముద్రంలో కనిపిస్తవి. ఇవి గుండ్రంగా ఉన్నా, డొల్లా ఎముకా లేదు కనుక వీని ఆకారం మారుతూ ఉంటుంది. ఇదిగో, ఈ బొమ్మలు చూడు! వీని మధ్య ఒక చుక్క ఉన్నదే, అదే వీటికి బీజము,

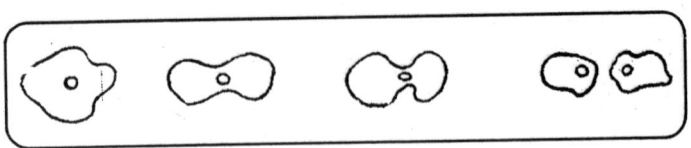

హృదయమూను. వీటిని ప్రాణులే అంటావో, మరే మంటావో కాని, ఇవి చిత్రంగా రెండుగా చీలిపోతవి. ముందు ఒకచోట పలచబడి, పోను పోను ఇంకా పలచనవుతూ, చివరకు రెండుగా విడిపోతవి. ఆ రెండూ మళ్లా మొదటి దానిలాగే ఉంటవి. ఈ చీలిక ఎలా జరుగుతుందో చూడు!

బీజం వంటి దీని హృదయం కూడా రెండై, రెంటికీ అమరి ఉంటుంది చూచావా? ఈ ప్రాణులిలా రెండుగా చీలుతూ వృద్ధి పొందుతూ ఉంటవి.

ఇటువంటి ప్రాణి ఏదో మనభూమిపై ప్రథమంగా ఉండి ఉండాలి. ప్రాణి లోకాని కంతటికి ప్రతినిధియైన ఈ క్షుద్ర జీవి ఎంత నిరాడంబరమో చూచావా! అచ్చమైన జంతువులా, అప్పటి కింకా పుట్టలేదు. కోట్లకొలది సంవత్సరాలు గడిస్తేగాని మనుష్యుడింకా అవతరించడు. కనుక అప్పటి కీ క్షుద్ర ప్రాణియే సృష్టిలో మిన్నగా ఉండేది.

ఆ మీదట కొంతకాలానికి సముద్రపు తుంగా, నత్తలూ, పీతలూ, ఇతర కీటకములూ పుట్టి ఉంటవి. తరువాత చేపలు పుట్టినవి. వీటికి ఎముకలు, డొల్లలు ఉండేవి కనుక ఇవి చనిపోయినా, వాటి వివరాలు మనం తెలుసుకోవడానికి ఆనవాళ్లుగా నిలిచి ఉన్నవి. వీని డొల్లలు సముద్రగర్భాన బురదలో ఉండిపోయినవి. వాటిపైన కొత్త బురదా, ఇసుకా పేరుకొని, వాటిని పదిలంగా దాచి ఉంచినవి. ఇలా కొత్త ఇసుకా, వండూపైన పడుతున్నకొద్దీ అడుగు పొరలు బిగిసి గట్టిపడినవి. అలా గట్టిపడిన పొరలే రాళ్లయినవి. ఆ రాళ్లే సముద్ర గర్భంలో పర్వతాకారం తాల్చి ఉండాలి. భూకంపం వంటి దేదో సముద్ర గర్భంనుంచి ఆ పర్వతాలను పెల్లగించి పైకి తెచ్చింది. అవి తడియారి గట్టినేలగా మారినవి. పై పొరలో ఉండే రాళ్లూ రప్పలూ నదీ ప్రవాహాలలో, వర్ష ధారలలో కొట్టుకొని పోగా, అడుగుపొరలలో చిరకాలంగా దాగి ఉన్న డొల్లలు, ఎముకలు బైటపడినవి. మనకు నేడు దొరికే ఆలి చిప్పలు, నత్తగుల్లల కథ ఇదీ! వీని పరిశీలనవల్ల పురాణ కాలంలో ఈ భూమి ఎలా ఉండేదో మనం గ్రహిస్తున్నాం.

ఈ క్షుద్ర ప్రాణికోటి ఎలా వృద్ధి చెంది నేటి ప్రాణి లోకం ఏర్పడిందో తరువాతి జాబులో ఆలోచించుకుందాము.

5

జంతువుల రాక

చిన్న చిన్న జలచరాలు, నీటితుంగ - ఇవియే మన భూమిపై వెలసిన మొదటి ప్రాణులని అనుకొన్నాము. నీటిలో ఉన్నంత సేపే వాని మనుగడ. నీరు వదలి ఈవలికి వస్తే ఎండిచచ్చిపోయేవి. జెల్లీ చేపలు చూచావు కాదూ, నీటి ఒడ్డున పడవేస్తే ఎలా ఎండిపోతవో! అయితే ఆ రోజులలో నీరు సమృద్ధిగా ఉండేది గనుక నేల కూడా బురద బురదగా ఉండేదేమో, కొంచెం బిరుసు చర్మం గల జెల్లీ చేపల వంటివి పొడి నేల మీద వెంటనే ఎండిపోక మరి కొంచెం సేపు ఉండగలిగేవి. మెత్తని చర్మం ఉండేవి క్రమంగా అంతరించిపోయి, బిరుసు చర్మాల జలచరాలు వృద్ధి చెందసాగినవి. ప్రాణికోటి ఈ విధంగా తన పరిసరాలకు క్రమంగా అలవడుతూ ఉంటుందన్న మాట. చూచావా, ఇది యెంత విచిత్రమైన విషయమో! లండనులో సౌతు కెన్సింగ్టను ప్రదర్శన శాలలో జంతువులు, పక్షులు శీతకాలంలో తెల్లగా ఉండేవి జ్ఞాపకం లేదూ? మంచు ఎక్కువగా పడే ఇతర శీతల దేశాలలో కూడా అంతే - అవి మంచువలె తెల్లగా ఉంటవి. చెట్లూ చేమలతో పచ్చ పచ్చగా ఉండే ఉష్ణ దేశాలలో ప్రాణికోటి కూడా పచ్చగానో, తళతళ లాడుతూనో ఉంటుంది. తమ పరిసరాల వర్ణంతో కలిసి పోయేటట్లు ప్రాణికోటి ఇలా రంగులు మార్చుకుంటే వాటికి శత్రుభయం ఉండదు. చలి అధికంగా ఉండే శీతల దేశాలలో జంతువులు వెచ్చదనం కోసం ఒడలిపై బొచ్చును పెంచుకొంటవి. పచ్చని ఒంటిమీద పెద్ద పులికి చారలుంట వెందుకో తెలుసునా?

దట్టమైనా అడవిలో చెట్లమధ్యగా అది వస్తున్నప్పుడు చెట్ల నీడలోనుంచి ఎండ పొడలు వస్తున్నట్లుంటుందే కాని పెద్దపులి అని గుర్తించలేము. జంతువులు తమ

పరిసరాలకు తగినట్లుగా ఇలా మారిపోతవనే విచిత్ర విషయం ముఖ్యంగా గమనించ తగింది. జంతువులు తమంతట తాము ప్రయత్నించి మారిపోతవని కాదు గాని అలా మార్పు చెంది, పరిసరాలలో ఇమిడి పోయేవి భద్రంగా చిరకాలం బ్రతికి వృద్ధి చెందుతవి; తక్కినవి క్షీణించి పోతవి. సృష్టి పరిణామ రహస్యమంతా ఇందులోనే ఇమిడి ఉన్నది. క్షుద్ర జంతువులు కాలక్రమాన ఉన్నత జాతి జంతువులుగా మారిపోవడమూ, ఇలా కోట్ల కొలది యేండ్లు గడిచేసరికి మానవుడుగా అవి పరిణామం చెందడమూ – ఈ కారణం వల్లనే. సృష్టిలో నిత్యము జరుగుతున్న ఈ మార్పు చాల నెమ్మదిగా జరుగుతున్నందు వల్లను, మన ఆయుఃప్రమాణం చిన్నది కావడం వల్లను దీనిని మనం గమనించలేక పోతున్నాము., సృష్టి మాత్రం క్షణం తీరిక లేకుండా, నిత్యము పరిణామం చెందుతూనే ఉంటున్నది. అలసట చెంది, ఆగిపోవటం ఎరుగదీ సృష్టి.

మన భూమండలం క్రమంగా చల్లబడి, తడి యారుతున్నదనుకొన్నాము కాదూ? అది చల్లబడిన కొద్దీ శీతోష్ణస్థితి కూడా మారిపోతుంది. ఆ మార్పుతో పాటు జంతువులు కూడా మారిపోయి కొత్తజాతి జంతువులు పుట్టినవి. మొదటసామాన్య జలచరాలు, ఆ మీదట పెద్ద జలజంతువులు వెలసినవి. నేల తడియారి, పొడియెక్కిన కొద్దీ నీటిలోనూ, నేల మీద తిరిగే జంతువులు – మనం చూస్తున్న మొసళ్లు, కప్పల వంటివి – బయలు దేరినవి. ఆ పిమ్మట భూమి మీద మాత్రమే చరించే జంతువులు పుట్టినవి. తరువాత గాలిలో ఎగిరే పక్షులు కూడా ఆవిర్భవించినవి.

అన్నట్లు, ఈ కప్ప ఉన్నదే, దీనిని పరిశీలించితే, జలచరాలు క్రమంగా భూచరాలుగా ఎలా మారిపోతవో మనకు తెలుస్తుంది. కప్పలు కూడా మొదటి చేపలవంటి నీటి జంతువులే అయినా, ఇప్పుడవి మెట్ట జంతువులన్నిటివలె ఊపిరితిత్తుల ద్వారా గాలి పీలుస్తూ ఉంటవి.

ప్రాణికోటి అవతరించిన కొత్తలో భూమి అంతా అరణ్యమయంగాను, నీటిపడియలతో చితచితలాడుతూనూ ఉండేది. ఆ అరణ్యాలు కాలక్రమాన రాళ్లు రప్పలతో పూడిపోయి బొగ్గుగా మారిపోయినవి. అందుకనే మనకిపుడు నేలబొగ్గు భూగర్భంలో దొరుకుతుంది. ఆ బొగ్గు గనులన్నీ తొలినాటి అరణ్యాలన్నమాట.

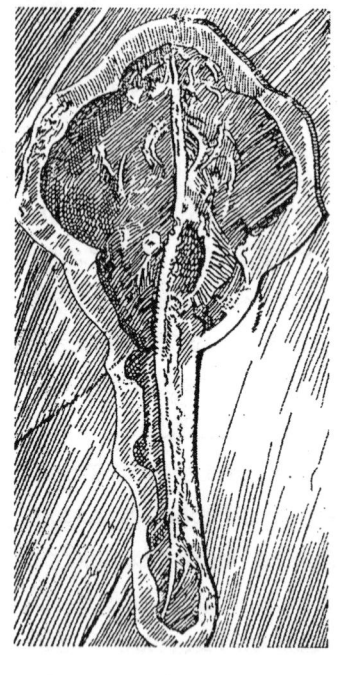

మొదట్లో మెట్టమీద పెద్ద పెద్ద పాములు, బల్లులు, మొసళ్ల వంటి జంతువులే ఉండేవి. వీటిలో కొన్ని నూరడుగుల పొడవున ఉండేవి. నూరడుగుల పాములంటే, ఎంత పొడవో ఊహించుకో. వీటి ఆనవాళ్లను (ఫాసిళ్లు) మనం లండను మ్యూజియంలో చూచాము జ్ఞాపకమున్నదా?

ఆ పిమ్మట చాలాకాలానికి ఇపుడు మనం చూస్తున్న సస్తన జంతువులు బయలు దేరినవి. ఇవి తమ పిల్లలకు పాలు కుడుపుతవి కనుక సస్తనా లంటాము. ఇవి కూడా మొట్ట మొదట చాలా పెద్దవిగానే ఉండేవి. ఈ సస్తనాలలో వృక్షచరాలైన వానరాలు మనుష్యులకు దగ్గరి చుట్టాలవలె ఉంటవి. కనుకనే నరులు వానరాల నుండి పుట్టిరని చెప్పుతూ ఉంటారు. అంటే ఏమిటో తెలుసునా? అన్ని జంతువుల వలెనే కోతులుకూడా పరిసరాలకు తగినట్లు మారిపోవడంలో మనుష్యునివంటి ఉత్తమజాతి వానరం ఆవిర్భవించిందన్న మాట. వానరం వంటి ఆ నరుడే క్రమ క్రమంగా ప్రకృతి వశంచేత మారిపోయి, ఇప్పుడు తన పాటివారు లేరనీ, తక్కిన జంతువులకంటె తాను వేరనీ విఱ్ఱవీగుతున్నాడు. కాని, కోతులు మనకు దగ్గరి చుట్టాలని జ్ఞాపక ముంచుకోవడం ఎందుకైనా మంచిది. నేటికి కూడా మనలో చాల మందిలో ఈ చుట్టరికం కనిపిస్తూనే ఉంటుంది. ఏమంటావు?

6

మానవుని రాక

ఆదిలో ఈ భూమి మీద జీవరాశి ఎలా ఆవిర్భవించిందో, లక్షలాది ఏండ్లు గడచిన కొద్దీ ఎలా మార్పుచెంది నేటి స్థితికి వచ్చిందో క్రిందటి జాబులో ప్రస్తావించుకొన్నాము. మరో ముఖ్యవిషయం కూడా – పరిసరానుగుణంగా జంతుకోటి మార్పు చెందుతుందనేది తెలుసుకొన్నాము. ఆలా మార్పు చెందే ప్రయత్నంలోనే జంతువులకు కొత్త లక్షణాలు అలవడి, ఉన్నత జాతులు బయలు దేరుతూ వచ్చినవి. ఈ పరిణామాన్ని తెలిపే దాఖలాలు చాలా ఉన్నవి. ఎలాగంటే? మొదట్లో జీవులకు ఎముకలుండేవి కావు. అట్టివి చిరకాలం బ్రదుకడం కష్టమై పోవడం వల్ల ఎముక లేర్పడినవి. ఆ ఎముకలలో మొదట వెన్నెముక పుట్టుకువచ్చింది. ఈ విధంగా జంతువులలో ఎముకలున్నవి, లేనివి – అనే రెండు తరగతు లేర్పడినవి. ఇపుడు మనుష్యులకు, జంతువులకు గూడా ఎముకలు ఉండటం చూస్తూనే ఉన్నాము.

మరో దాఖలా కూడా చెపుతాను విను; చేపలవంటి తొలి జీవులు గ్రుడ్లను పెట్టి వాటిని వదలిపెట్టి పోతవి. తడవకు వేలకొలది గ్రుడ్లను పెట్టే ఈ తల్లులు తమబిడ్డలమాట విచారించక, వాటి మానాన వాటిని వదలి చక్కాపోతవే కాని తిరిగిరావు. ఇలా ఆలనా పాలనాలేని ఆ గ్రుడ్లలో చాలా భాగం నశించి పోతవి. కొన్ని మాత్రం మిగిలి చేప పిల్లలవుతవి. ఇలా ఎంతసృష్టి వ్యర్థమైపోతున్నదో చూచావా? ఇది యిలా ఉంచి జీవ పరిణామంలో పై తరగతి ప్రాణులను చూడు. అవి ఇంత అధికంగా గ్రుడ్లను, పిల్లలను పెట్టవు. అవి కనే సంతానం మితంగా ఉంటుంది. ఆ సంతానాన్ని అవి చక్కగా సాకుకొంటవి.

ఇంత ఎందుకు? కోళ్లను చూడు! అవి గ్రుడ్లను పెట్టి పొదిగి పెద్ద చేస్తవి. పిల్లలు బైటకి వచ్చిన పిమ్మట కూడా కొంతకాలం వాటికి మేత సమకూరుస్తూ ఉంటవి. ఆ పిల్లలు పెద్దవైన పిమ్మట తల్లికోడి అంతగా వాటిని గూర్చి పట్టించుకోదు.

క్రిందటి జాబులో ప్రస్తావించుకొన్న సస్తనులనే పై తరగతి జంతువులున్నవే అవి గ్రుడ్లు పెట్టవు. గ్రుడ్లను కడుపులోనే పదిలపరచుకొని బాగా పెరిగిన పిల్లలను ఈనుతవి. కుక్కలు, పిల్లులు, కుందేళ్ళు మొదలైన విలా ఈనేవే. ఈనిన పిమ్మట పిల్లల నవి చనుబాలు గుడిపి పెంచుతూ, కాపాడుకొంటవి. దీని సంతతిలో కూడా కొంత వృథా నష్టం లేకపోలేదు. కుందేళ్ళు ప్రతి మూడుమాసాలకు చాలా పిల్లలను ఈనడము, వానిలో చాలా భాగం నశించి పోవడమూ ఉంటుంది. ఇంకా పై తరగతి జంతువులున్న వే - ఏనుగుల వంటివి, ఒక్క పిల్లనే ఈని, దానిని ప్రీతితో సాకు కొంటవి.

ఇంతకూ తేలిన సారాంశ మేమిటంటే, జంతువులు పరిణామం చెందిన కొద్దీ తమ్ము బోలిన చిన్న చిన్న శిశువులను తడవ కొక్కదాని చొప్పున ఈనుతూ ఉంటవనీ, ఆ శిశువులను ప్రీతితో సాకికొంటవనీ. కనుకనే, ఈ జంతువులన్నిటిలోను ఉత్తమమైన మానవ జాతి శిశువులను తలిదండ్రు లిద్దరు ఎంతో ప్రీతితో పెంచు కొంటారు.

కనుక క్రింది తరగతి జంతువులనుండి మానవజాతి పరిణామం చెంది ఉంటుందని మనం ఊహించుకోవాలి. నేటి మానవునివలె పూర్తిగా పరిణామం చెందని తొలినాటి నరుడు - సగము కోతివలె, సగము నరునివలె ఉంటూ, కోతివలెనే తిరుగుతూ ఉండేవాడనుకోవాలి. జర్మనీలో ఉండగా, హీడెల్బర్గులో మన మొక పండితుణ్ణి చూడబోయాము, నీకు గురుతున్నదా? ఆదికాలపు జంతువుల ఆనవాళ్ళుండే చిన్న ప్రదర్శనశాల కాయన మనలను తీసుకొని వెళ్లాడు. అచట మందసంలో పదిలపరచిన పుఱ్ఱె ఒకటి ఆయన చూపించాడు. ఆ పుఱ్ఱె ఆదికాలపు నరునిదట. అది హీడెల్బర్గు నగరం చెంత దొరికింది గనుక ఆ పుఱ్ఱెతాలూకు నరజాతిని 'హీడెల్బర్గు నరుడు' అంటూ ఉంటారు. అంతమాత్రాన ఆ నరజాతి జీవించి ఉన్న కాలంలో హీడెల్బర్గు నగరంకాని, మరొక నగరం కాని ఉండే దనుకోగూడదు.

ఆదిమ మానవులు ఈ భూమిపై చరించిన కాలంలో భూమి అంతా మంచుతో నిండి అతి శీతలంగా ఉండేది. అందువల్ల ఆ కాలాన్ని హిమయుగ మంటూ ఉంటారు. ఇపుడు ఉత్తర ధ్రువ ప్రాంతంలో కనిపించే మంచుటేళ్ల వంటివి అపుడు ఇంగ్లండు జర్మనీ దేశాల దాకా ప్రవహిస్తూ ఉండేవి. చల్లని ఆ

హిమవాలుకల మధ్య ఆనాటి నరుడు ఎలా జీవించేవాడో, ఎన్ని అగచాట్ల పాలయేవాడో! పాపం, ఆ మంచుటేళ్లులేని చోటికి పోవాలనుకొనేవాడు. నేటి మధ్యధరా సముద్రం అపుడు ఉండేది కాదనీ, ఒకటి రెండు సరస్సులు మాత్ర ముండేవనీ, తెలిసిన పండితులు చెబుతూ ఉంటారు. ఎఱ్ఱ సముద్ర మనేది కూడా ఆనాడు ఉండేది కాదట. ఆ ప్రదేశమంతా నేలయేనట! ఆ కాలంలో మనదేశం కూడా ఎక్కువ భాగం లంకగా ఉండి నేటి పంజాబు, మన రాష్ట్రమూ (యు.పి) సముద్రమయంగా ఉండేదేమో! మన దక్షిణ భారతము, మధ్య భారతముకూడా పెద్ద లంకగా ఉండి, హిమాలయ పర్వతానికి, ఆ లంకకు మధ్య సముద్రం ఉండేదనుకో. అపుడు మనం మసూరీకి వెళ్లాలంటే ఓడ మీద వెళ్లవలసి వస్తుంది కాదూ?

ఆదికాలాన మానవుడు పెద్ద పెద్ద క్రూర మృగాల మధ్య ఉంటూ ఉండేవాడు కనుక అతని బ్రదుకు దినదిన గండంగా, భయంకొలుపుతూ ఉండేది. అటువంటి మానవుడిపుడు ఈ భూమండలాని కంతటికి ప్రభువై, జంతువులచే పనులు

గొంటున్నాడు. ఆవు, గుఱ్ఱము, ఏనుగు, కుక్క, పిల్లి వంటి వాటిని మచ్చిక చేసుకొన్నాడు. కొన్నిటిని తింటున్నాడు; సింహము, పులివంటి వాటిని సరదాకు కాల్చిచంపుతున్నాడు. మానవుని ఈ ప్రభుత్వం ఆ తొలినాళ్లలో ఏమయిందో! ఈ జంతువులే తన్ను వేటాడుతూఉంటే వాని బారినుండి తప్పించుకు తిరుగుతూ ఉండేవాడు. అటువంటి వాడు క్రమంగా ఔన్నత్యాన్ని సాధించి, అంతకంతకు బలశాలియై జంతుకోటి కంటె అధికుడైనాడు. ఇది అంతా దేహబలంవల్ల సాధించాడంటావా? వట్టిది. నేటికి గూడ ఏనుగు బలం ముందు మానవునిబలం ఏపాటిది? అతని బుద్ధి బలమే ఇంతటివాణ్ణి చేసింది.

ఆదికాలం నుంచి నేటివరకు మానవుని బుద్ధి బలం పెరుగుతూనే వచ్చింది. ఇతర జంతువులకు లేనిదీ, మానవునకు ఉన్నదీ ఈ బుద్ధి యొక్కటే. బుద్ధి హీనుడైన నరునకూ తక్కిన జంతువులకూ భేదమే కనిపించదు.

మానవుడు తన బుద్ధి బలంచే మొదట అగ్నిని సృష్టించి ఉంటాడు. ఇప్పుడంటే మన కగ్గిపెట్టెలు వచ్చినవి కాని ఆ కాలంలో ఇవి ఎక్కడున్నవి? చెకుముకి రాళ్ల నొక దానితో ఒకటి రాపాడిస్తే నిప్పు రవ్వలు పుట్టేవి. ఆ రవ్వలతో ఆకు, అలం అంటించి నిప్పు చేసుకొనేవాళ్లు. ఒక్కొకప్పు డడవిలో చెకుముకి రాళ్లు ఇతరవస్తువులు వేటితోనో ఒరసికోవడం వల్ల కూడా నిప్పు పుట్టేది. ఈ నిప్పు పుట్టే రహస్యం జంతువుల కేమి తెలుస్తుంది? మనుష్యుడు తన తెలివి వల్ల దీనిని కనిపెట్టి ఉపయోగించుకోసాగాడు. అగ్గితో శీతకాలంలో చలి కాచుకొనేవాడు. తన శత్రువులైన క్రూరమృగాలు దరికిరాకుండా అగ్గిమంటలు పెట్టేవాడు. అడవిలో అగ్ని బయలుదేరగానే స్త్రీ పురుషులందరు అది చల్లారి పోకుండా ఎండిన ఆకులు, చెత్తా వేసి రాజేస్తూ ఉండేవాళ్లు. క్రమ క్రమంగా వాళ్లకు తెలిసివచ్చింది చెకుముకుల రాపిడిచే తామే అగ్నిని పుట్టించ వచ్చునని. ఇలా అగ్నిని సాధించడం వల్ల మానవునకు తక్కిన జంతువులకంటె ఆధిక్యం ఏర్పడింది. పిమ్మట అతడు ఒక్కొక్క మెట్టే ఎక్కుతూ సృష్టికి అధిపతి అయినాడు.

7

మొదటి మనుష్యులు

బుద్ధి బలంవల్లనే మానవుడు జంతు కోటిలో అధికుడైనాడని క్రిందటి లేఖలో అనుకొన్నాము. తనకంటె అధికమైన సత్తువ, ఒడ్డు పొడవులుగల జంతువుల బారినబడి నాశనమై పోకుండా మనుజుని బుద్ధిబలమే అతణ్ణి రక్షించింది. తెలివి తేటలు పెరిగినకొద్దీ మానవుడు బలవంతు డవుతూ వచ్చాడు. శత్రువులతో పోరాడవలెనంటే మొదట్లో ఆతనికి ఆయుధాలు లేవుగనుక రాళ్లు విసరివేస్తూ ఉండేవాడు. తరువాత ఆ రాళ్లతోనే గొడ్డళ్లు, బల్లెములు, సన్నని దబ్బనాలు చేసుకొన్నాడు. రాళ్లతో చేసిన ఈ ఆయుధాలను సౌతుకెన్సింగ్టనులోను, జినివాలోను మ్యూజియములందు మనం చూచాము.

క్రిందటి జాబులో నేను చెప్పిన హిమయుగం గడచి పోయింది. మంచువాగులు కూడా కొన్నాళ్లకు మధ్య యూరోపులోను, ఏషియాలోను అంతరించినవి. భూమి వెచ్చగిలిన కొద్దీ మనుష్యులచటకు చేరుకోసాగారు.

అప్పట్లో మనుష్యులకు ఇళ్లూ వాకిళ్లూ, ఉండేవికావు. కొండ గుహల్లో తల దాచుకొనేవారు. భూమిని దున్ని పంటపండించడం కూడా అప్పటి కింకా

ఎరుగరు. తాము చంపిన జంతువులనూ, పండ్లూ దుంపలనూ తింటూ ఉండేవాళ్లు. పంటలులేవు గనుక ధాన్యమూ, రొట్టెలూ ఉండేవికావు. వంట చేసుకోవడం కూడా అప్పటివాళ్లు ఎరుగరు. కుండలూ, మూకుళ్లూ ఇంకా ఏర్పడలేదు. మాంసాన్ని నిప్పుల మీద వెచ్చజేసి తినేవాళ్లేమో.

ఇంతటి అడవి మనుష్యులావీళ్లు! అదేమి చిత్రమోకాని, అప్పటికే బొమ్మలను గీస్తూ ఉండేవాళ్లు. ఇప్పుడంటే మనకు పేనాలు, పెన్సిళ్లు, కాగితాలు, కుంచెలు ఉన్నవి కాని ఆనాటి వాళ్లకు రాతిసూదులు తప్ప ఏమీలేవు. ఆ సూదులతోనే వాళ్లు నివసించే గుహలలో గోడలమీద జంతువుల బొమ్మలు గీసేవాళ్లు. ఆ బొమ్మలు జంతువుల నిండు విగ్రహాలుకాక ఏకపార్శ్వాన్ని చూపేవే అయినా వానిలో కొంత పొందిక మాత్రం కనిపిస్తూ ఉంటుంది. అటువంటి ఏకపార్శ్వ చిత్రాలను గీయడం చాలా తేలిక. కనుకనే పిల్లలు తరచు అటువంటివి గీస్తూ ఉంటారు. చీకటి కోణాలుగా ఉండే ఆ గుహలలో వెలుతురుకోసం ఆనాటి వాళ్లకు దీపాలవంటి వేమైనా ఉండేవో, యేమో!

మనం వర్ణించు కొంటున్న ఈ మనుష్యులను పురాణశిలా యుగపు వాళ్లు అంటూ ఉంటారు. వాళ్ల సాధనాలన్నీ రాతివి కావడంవల్ల అలా పేరు పెట్టేరు. అప్పటికింకా లోహపు పనిముట్లు లేవు. ఇపుడు మన పనిముట్లన్నీ లోహపువే; అందులోనూ ఇనుపవి అధికంగా ఉంటున్నవి. ఆనాటి వాళ్లు ఇనుము, కంచు వంటి లోహాల నెరుగరు. అందువల్ల రాతి పనిముట్లతోనే అగచాట్లు పడేవారు.

ఈ శిలాయుగం అంతమయ్యే సరికి భూమి బాగా వెచ్చబడింది. మంచు వాగులన్నీ ఆర్కిటికు సముద్రపు వేపు మళ్లినవి. మధ్యాసియా, యూరపులలో అరణ్యాలు బాగా పెరిగినవి. ఆ అడవులలో కొత్తజాతి మనుష్యులు మళ్లా బయలుదేరారు. వెనుకటి రాతియుగపు జనులకంటే వీళ్లు తెలివైన వాళ్లు. అయినా వీళ్లు కూడా రాతి పనిముట్లే వాడుకొనే వారు. అందుకని వీళ్లకు 'నవశిలా యుగపు' వాళ్లని పేరు వచ్చింది.

నవశిలా యుగంలో ఉండే ఈ మనుష్యుల తెలివి తేటలు బాగా వృద్ధిచెందినట్లు కనిపిస్తుంది. ఇతరజంతువుల కంటే త్వరత్వరగా వీరు బుద్ధిబలం వల్ల ముందుకు సాగి పోతూ వ్యవసాయం చేయడం నేర్చుకొన్నారు. భూమిని దున్ని పైరుచేసి పండించడంవల్ల తిండికోసం జంతువులను వేటాడుతూ ఉండే

ప్రయాస తప్పిపోయింది. ఆహారం కోసం పడే అగచాట్లు తప్పిపోవడంవల్ల వాళ్లకు ఎక్కువగా తీరిక లభించి, ఆలోచనకు అవకాశం చిక్కింది. ఆలోచించుకొనే తీరిక దొరకిన కొద్దీ క్రొత్త క్రొత్త విషయాలు కనిపెట్టడం ఆరంభించారు. మట్టితో పాత్రలుచేసి, వానితో వంట వండటం నేర్చుకొన్నారు. మునుపటి రాతి పనిముట్లకు బాగా పదును పెట్టి, సాపుసంతనలు అలవరించారు. ఆవులను, మేకలను, గొఱ్ఱెలను, కుక్కలను మచ్చిక చేసి కొన్నారు. వస్త్రాల నేత కూడా నేర్చుకొన్నారు.

తరువాత ఇండ్లు, కుటీరాలు నిర్మించు కొన్నారు. క్రూర జంతువులు, శత్రువులు వచ్చి తమమీద పడకుండా చెరువుల మధ్య యిళ్లను నిర్మించుకోవలసి వచ్చేది. అందువల్ల వాళ్లకు 'తటాక వాసులని' పేరువచ్చింది.

వీళ్లు పుస్తకాల వంటివి వ్రాసిపెట్టిన వాళ్లు కారుగదా, వీరినిగురించిన అనుపానులన్నీ ఎలా తెలిసినవి అని అడుగు తావేమో? వీరు పుస్తకాలు వ్రాయక పోయినా, ప్రకృతి గ్రంథంలో వ్రాసి ఉన్నది వీరి చరిత్ర, ఈమాట నీ కిదివరకే చెప్పాను కాదూ? ఆ గ్రంథం అందరూ చదువలేరు. దానికెంతో శ్రమపడాలి. కొందరుకొందరు ఈ గ్రంథపఠనం కోసం తమ జీవితాలు ధారపోసేరు. ఆ కాలపు అస్థి అవశేషాలు, ఆనవాళ్లు సంపాదించి ఉంచారు. వాటినన్నిటినీ ప్రదర్శనశాలల్లో భద్రపరిచారు. నవశిలా యుగంలో మనుష్యులు ఉపయోగించిన గొడ్డళ్లను, కుండలను, రాతి అమ్ములను, దబ్బనాలను మన మా ప్రదర్శనశాలల్లో చూడవచ్చు. ఇటువంటి వెన్నో నువ్వు చూచావు కాని మరచిపోయి ఉంటావు. మళ్లా ఇప్పుడు చూస్తే వాటి సంగతి బాగా తెలుస్తుంది.

తటాక గృహాలని చెప్పానే, వాటి నమూనా ఒకటి జినివా మ్యూజియములో ఉంది. చెరువులో గుంజలు పాతి, ఆ గుంజలమీద కఱ్ఱలతో మంచె వంటిది నిర్మించుకొని, దాని మీద కొయ్యల తోనే కప్పు వేసుకొనేవారు. ఆ ఇంటికి, నీటి ఒడ్డుకు వంతెన వంటిది ఏర్పాటు చేసుకొనేవారు.

నవీన శిలా యుగంలో మనుజులు చర్మాలు ధరించే వారు, లేదా, ముదుక నారపట్టాలు తాల్చేవారు. ఒక జాతి అగిసెచెట్ల పట్టలో మంచినార ఉంటుంది.

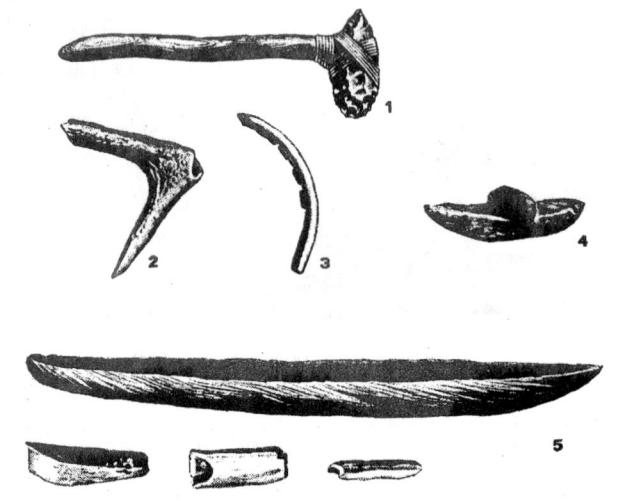

ఆ నార నుంచి ఇప్పుడు నాజూకైన వస్త్రాలు నేస్తున్నారు. అప్పటి వాళ్లు ఆ నారతో నేసికొనే వస్త్రాలు చాలా ముతకగా ఉండేవి.

ఈ నవశిలాయుగ ప్రజలు తమ తెలివి తేటలవల్ల రాగితోను, కంచుతోను పనిముట్లు చేసుకో సాగేరు. రాగి, తగరం కలిపితే ఆ రెంటికంటె గట్టిదైన కంచు తయారవుతుంది. ఆ కాలపు ప్రజలు బంగారాన్ని కూడా ఉపయోగించేవారు. అలంకార ప్రియులు కావడంవల్ల బంగారు నగలు కూడా ధరించేవారు.

వీరు పదివేలేళ్ల నాటివారై ఉంటారు. ఇవి అంచనా మాటలేగాని నిశ్చయం కాదు సుమా! ఇంతకు పూర్వం లక్షలాది సంవత్సరాల క్రిందటి వృత్తాంతం చెప్పికొన్న వాళ్లము. ఇప్పుడు మన కాలానికి దగ్గరగా ఉన్న ముచ్చట్లు చెప్పు

కొంటున్నాము. నవీన శిలా యుగపు మనుష్యులకు, ఈ కాలపు వాళ్లకు మధ్య అట్టే పెద్ద తేడాలేమీ కనిపించవు. అయితే, వాళ్లూ మనమూ ఒకటేనా అంటే - కాము. ప్రకృతి చల్ల చల్లగా మార్పులను తెచ్చి పెట్టుతూ ఉంటుంది. ఈ లోపల మనుష్యులలో ఎన్నోజాతులేర్పడి, దేని దారినది పోతూ, తమ బ్రదుకు తాము బ్రదుకు తున్నవి. భూమి మీద శీతోష్ణములు ఒకచోట నున్నట్లు మరోచోట ఉండవు కనుక ఎచటి వారచటిస్థితి గతులనుబట్టి మార్పు చెందుతూ వచ్చారు. దానిని గూర్చి తరువాత మాట్లాడు కుందాము. ప్రస్తుతం ఒక ముఖ్యవిషయం చెప్పవలసి ఉంది. అది ఏమిటంటే - ఈ నవీన శిలాయుగం అంతమయే నాటికి మానవునకొక గొప్ప విపత్తువచ్చి పడింది. అంతకు పూర్వం మధ్యధరా సముద్రమనేది లేదనీ, చెరువులు కొన్ని ఉండేవనీ, వానిమధ్య ప్రజలు నివసించే వారనీ చెప్పాను కాదూ. ఆ స్థితిలో, యూరపు, ఆఫ్రికాల మధ్య, జిబ్రాల్టరు చెంత ఉండే నేల ఉన్నట్టుండి కొట్టుకుపోవడమూ, అట్లాంటికు సముద్రం వచ్చి మధ్యధరా సముద్రపు పల్లాలను నింపడమూ తటస్థించింది. అలా ఎడ తెగకుండా సముద్రజలం పొర్లి వస్తూ ఉంటే అచటిజనం తప్పించుక పోయేచోటు లేక విశేషంగా నశించి ఉంటారు. వందలాది మైళ్ల మేర అంతా జలమయమై పోయింది. ఈ ప్రకారంగా అట్లాంటిక్కు పొంగివచ్చి మధ్యధరా సముద్రమేర్పడింది.

బైబిలులోను, మనపురాణాలలోను జల ప్రళయాన్ని గూర్చి చదివే ఉంటావు. ఆ ప్రళయమంటే ఇదే కాబోలు. ఆ విపత్తునుండి తప్పిదారి బైట బడినవాళ్లు ఆ ప్రళయాన్ని గూర్చి తమ పిల్లలకు చెప్పి ఉంటారు. ఆ పిల్లలు తమ బిడ్డలకు చెప్పి ఉంటారు. ఇలా పిల్ల పిల్ల తరాన ఈ ప్రళయ కథ మనదాక వచ్చింది.

⑧

భిన్న మానవ జాతుల పుట్టుక

క్రిందటిసారి [illegible] యుగ ప్రజల పురోగమనాన్ని గూర్చి చెప్పాను. పంటలు పండించడం, [illegible] జంతువులను మచ్చిక చేసికోవడం వారు నేర్చుకొన్నారన్నాను. ఇదంతా జరిగి కొన్ని [illegible], గడిచినందువల్ల వారిని గూర్చి ఇంతకంటే మనకేమీ తెలియదు. ఇప్పుడు మనకు కనిపించే భిన్న మానవజాతులన్నీ వారినుండే ఏర్పడినవేమో. నేడు మనకు తెలుపు, నలుపు, పసుపు, గోధుమ వన్నెల మనుష్యులు కనిపిస్తున్నారు. అయితే మానవకోటినిలా స్పష్టంగా నాల్గు జాతులక్రింద విభజించడానికి వీలులేదు. ఎందువల్లనంటే ఈ జాతులొక దానితో ఒకటి కలిసి పోవడం వల్ల. ఇదిగో, వీరు ఈ జాతివారు అని వర్ణమును బట్టి చెప్పలేకుండా ఉన్నాము. శాస్త్రవేత్తలు మనుజుల తలల పరిమాణాన్ని బట్టి జాతి నిర్ణయం చేస్తూ ఉంటారు. ఇంకా ఇతర విధాల కూడా ఈ నిర్ణయం చేయవచ్చు.

అయితే ఒకే జాతినుంచి ఇన్ని జాతులు ఎలా వచ్చినవి? ఈ పరస్పర భేదము లెలా ఏర్పడినవి? అని నువ్వు అడగవచ్చు. నిజమే. జర్మనీ వానికి, నీగ్రోకు ఎంతో తేడా ఉంది. ఒకరు తెల్లగాను, ఒకరు నల్లగాను ఉంటారు. జర్మనీ వాని జుట్టు లేత వన్నెతో పొడవుగా ఉంటే, నీగ్రో వాని జుట్టునల్లగా పొట్టిగా, ఉంగరాలు తిరిగి ఉంటుంది. మళ్లా చీనీయులను చూడబోతే ఈ యిరువురికంటె వేరుగా కనిపిస్తారు. ఈ భేదాలన్నీ ఎలా వచ్చినవి అంటే చెప్పడం

కష్టమే కాని ఇందుకు కొన్ని కొన్ని కారణాలు మనమూహించ వచ్చు. జంతువులు తమ తమ పరిసరాల కనుగుణంగా మార్పు చెందుతవని నీ కీవరకే చెప్పేను. అలాగే ఈ జర్మన్లు, నీగ్రోలు భిన్నజాతులనుండి పుట్టినప్పటికీ మునుపెప్పుడో ఈ రెండు జాతులు ఒకే జాతినుంచి పుట్టి ఉంట వనుకోవాలి. పిమ్మట కాలక్రమాన వారివారి పరిసరాలకు అనుగుణంగా ఈ భిన్న లక్షణాలు సంక్రమించి ఉండాలి. లేదా, ఇతర జంతువులవలె వీరిలో కొందరు దేశకాలాలకు సులభంగా అలవడియైనా ఉండాలి.

మరీ ఉత్తరాన మంచు, చలీ ఉండే ప్రదేశంలో నివసించే వారికి చలిని సహించే శక్తి అలవడుతుంది. నేటికి అచట నివసించే ఎస్కిమోలు అచటి విపరీతపు చలికి తాళుకోగలుగుతున్నారు. మనం ఉండే ఉష్ణదేశాలకే వారు వస్తే బ్రదుకలేరనుకొంటాను. తక్కిన మానవలోకానికి దూరంగా అచట ప్రయాసపాలవుతూ బ్రదికే ఎస్కిమోలు ఇతరుల వలె పురోగమనం చెందలేక పోయారు. భూమధ్యమందున్న ఆఫ్రికాలో నివసించేవారికి అచటి అత్యుష్ణం అలాగే అలవాటయి పోయింది. ఆ అత్యుష్ణం వల్లనే వారి శరీరాలకు నల్లని వన్నె వచ్చింది. నువ్వుకూడా ఏ సముద్రతీరాన్నో ఎండలో తరచు తిరుగుతూ ఉంటే నీ శరీరం మునుపటికంటె కొంచెం నలుపు తిరిగి గోధుమవన్నె తాలుస్తుంది. కొంచెం ఎండలో తిరిగినంత మాత్రానే నీ ఒంటికి నలుపు వన్నె వస్తే ఇక ఎప్పుడు ఎండలోనే ఉండేవాళ్లెంత నలుపెక్కుతారో ఆలోచించుకో! ఆలా తాతతండ్రుల వరసగా, తర తరాలుగా ఎండలోనే తిరిగే వారి శరీరాలు చప్పగా నల్లబడిపోవూ మరి? మన దేశంలోనూ మండుటెండలో, ఒంటినిండా గుడ్డలేకుండా పొలాల్లో ఎప్పుడూ పాటుపడే పేద కర్షకుల శరీరాలు కూడా అలాగే నల్లబడుతూ ఉంటవి.

కనుక దేశ కాలాలను బట్టి ఒడలి వన్నె లేర్పడుతవని తేలుతూ ఉంది. అంతేకాని, శరీర వర్ణానికీ అందచందాలు, మంచితనం, యోగ్యతవంటి వాటికీ ఏమీ సంబంధం లేదు. ఉష్ణ దేశాల్లో ఉండే తెల్లవాళ్లుకూడా ఎండమొగం

చూడకుండా ఇళ్లల్లో తడికల చాటున దాక్కుంటే తప్ప నల్లబడక తీరదు. 200 ఏండ్ల క్రితం మన తాత ముత్తాతలు కాశ్మీరులో ఉండేవాళ్లు. కాశ్మీరులో పేదసాదలు, రైతులు అందరు పైడివన్నెతో మెరుస్తూ ఉంటారు, ఎరుగుదువుగా. ఎందువల్ల అలా ఉంటారు అంటే, అది చల్లని దేశం గనుక. ఆ కాశ్మీరువాసులే భారత దేశమధ్య, ఉష్ణ ప్రాంతాలకు వస్తే, కొన్ని తరాలు గడిచేసరికి నల్లబడతారు. అందువల్లనే ఇచట చిరకాలంగా ఉన్న మన కాశ్మీరపు మిత్రులు నల్లగాను, ఇతర కాశ్మీర వాసులు ఎఱ్ఱగాను కనిపిస్తారు.

కనుక శీతోష్ణస్థితుల వల్లనే శరీర వర్ణం ఏర్పడుతూ ఉంటుందనుకోవాలి. అయితే కొందరు శ్రీమంతులు ఉష్ణప్రదేశాలలో ఉంటున్నా, ఎండ కన్నెరుగకుండా, పెద్ద పెద్ద భవంతుల్లో తర తరాలుగా నివసిస్తూ, తమ శరీరాలు నల్లబడకుండా రక్షించుకోవచ్చు. నిజమే కాని పని పాటులు లేకుండా ఇతరుల కష్టాన్ని తింటూ, అలా సోమరులై బ్రదకడం అదో ఘన కార్యమూ, ప్రయోజకత్వమూ కాదు.

మన దేశంలో ఉత్తర దిక్కున కాశ్మీరులో, పంజాబులో ఉండే ప్రజలు ఎఱ్ఱగాను, దక్షిణ దేశాన ఉండేవారు నల్లగాను ఉంటారు. మద్రాసుకు, సింహళానికి వెళ్లిన కొద్దీ భూమధ్య రేఖను మనం సమీపిస్తాము గనుక, అచట వేడి అధికం గనుక ఈ రంగు మార్పు కనిపిస్తుందని నువ్వు గ్రహించే ఉంటావు. మన దేశంలో వేర్వేరు చోట్ల కనిపించే రంగు భేదాల కిదే ముఖ్య కారణం, అయినా మనమింకా తరచి చూస్తే, ఆదిలో ఈ దేశానికి వచ్చిన ప్రజల జాతి భేదం కూడా దీనికి కొంత కారణమని ముందు ముందు నీకే తెలుస్తుంది. మన దేశానికెన్నో జాతులవారు పూర్వం వచ్చారు. ఎవరికి వారు వేర్వేరుగా చాలకాలం ఆ జాతులు ఉంటూవచ్చినా తుదకు ఒకళ్లతో ఒకళ్లు కలియక తప్పింది కాదు. అలా కలిసిపోవడం వల్ల ఇపుడు మన దేశస్థులలో, వీరు ఆదిలో ఈ జాతివారు అని నిశ్చయంగా చెప్పలేము.

⑨

భిన్న మానవ జాతులు, భాషలు

ఈ భూమండలంలో మానవులు మొదట ఎచట పుట్టిరో? ఎచట నివాసము లేర్పరచు కొనిరో మన కిపుడు తెలియదు. ఇంచు మించు ఒకే కాలమందే బహు ప్రదేశాలలో మనుజు లుద్భవించారేమో! లేదా, హిమయుగం నాటి మంచు నదులు ఉత్తరానికి నడిచిపోయే కాలాన మనుజులు వెచ్చటి ప్రదేశాలలో నివసించి యుండవచ్చు. మంచు కరగిపోయిన చోట్ల నెల్లా, రష్యాలో నేటి సైబీరియా యందు కన్పించే, పెద్ద పెద్ద పచ్చిక బయళ్లు ఏర్పడి ఉంటవి. తమ పశువులకు సమృద్ధిగా పచ్చిక లభించే ఆ బీటి నేలలందు మానవులు చరించి ఉంటారు. ఇలా స్థిర నివాసం లేకుండా తిరిగే ద్రిమ్మరీండ్లను 'నొమాడ్లు' అంటారు. నేటికీ మన దేశంలో తిరిగే ఎరుక, ఏనాదులవంటి ద్రిమ్మరీళ్లు అన్ని దేశాలలోను కనిపిస్తారు.

నదీ తీర భూములు సారవంతములు గనుక ఆ నాటి ప్రజలు ఆ తీరాలవెంట వ్యవసాయం చేసుకోవడం ఆరంభించి ఉండాలి. మన దేశమందు నీరు సమృద్ధిగా దొరుకుతూ, పంటలు బాగా పండే సింధు, గంగా నదీ తీరాలలో ప్రజలు మొదట నివాస మేర్పరుచుకొన్నారు. అలాగే మెసపొటేమియాలో టైగ్రిసు, యూఫ్రిటిసు నదీ తీరములందు, ఈజిప్టులో నైలునదీ తీరమందు. అట్లే చీనాలోను ప్రజలు స్థిరపడి ఉంటారు.

ఇండియా ప్రజలలో ద్రావిడులే ఆదిమ వాసులుగా తెలియ వస్తున్నారు. ఆ పిమ్మట ఆర్యులు, తూర్పునుండి మంగోలియనులు ఇచటికి వచ్చారు. నేటికీ దక్షిణ భారత ప్రజలో చాలమంది ద్రావిడ జాతివారే. చిరకాలంగా వారిచట ఉంటున్నందు వల్లనే ఉత్తరదేశ వాసులకంటె నల్లగా ఉన్నారని ఎంచవచ్చు. ఈ ద్రావిడులు మంచి బుద్ధిశాలురు. వారికి సొంత భాషలుకూడ ఉన్నవి. ఇతర దేశీయులతో వ్యాపారాదులు చేస్తూ ఉండేవారు. అయితే ఆ కథంతా ఇప్పుడప్పుడే కాదు.

ఆ కాలమందే ఆసియా నడిగడ్డమీదా, పడమటి దెసనూ, యూరపుతూర్పు దెసనూ ఆర్యులనే మరో క్రొత్త జాతి బయలుదేరింది. సంస్కృతం ఆర్యుల భాషలలోది. ఆ భాషలో ఆర్యుడంటే సత్పురుషుడనీ, సత్కులీనుడనీ అర్థం. కాబట్టి ఆర్యులకు తాము సత్కులీనులమనీ, సజ్జనులమనీ అభిమానం ఉండేదన్నమాట. ఇప్పుడు కూడా ఇంగ్లీషువాళ్లు, ఫ్రెంచివాళ్లు, అమెరికన్లు, జర్మనులు - ఎవరికి వారు తామే అధికులమని అనుకుంటూ ఉంటారు. ఆర్యులకు అట్టి ఆభిజాత్యమే ఉండేది.

ఆసియా ఉత్తర భూములలోను, యూరపులోను పచ్చిక బయళ్లవెంట ఆర్యులు మొదట్లో తిరుగుతూ ఉండేవారు. ఆ భూములు క్రమంగా వేడియెక్కి, పచ్చిక తరిగి పోవడం వల్లా, అందరికి సరిపడ తిండి లేకపోవడం వల్లా వారు క్రమంగా తిండి దొరికే భూములు వెతుక్కొంటూ బయలు దేరారు. అలా కొందరు యూరపు ఖండానికి, మరికొందరు ఇండియా, పర్షియా, మెసపొటేమియా దేశాలకు చేరుకొన్నారు. ఈ భిన్న దేశములందు నేడు ఉండే ప్రజలలో ఎంతో భేదం కనిపిస్తున్నా, వీరంతా మొదట్లో ఆర్యజాతి నుండి బయలు దేరిన వారే. కాని ఇది జరిగి చాలాకాలం గడచి పోయింది. ఈలోపల వేర్వేరు జాతులు చాలవరకూ కలగా పులగం అయినవి. అయినా, నేటి మానవలోకపు కూటస్థజాతులలో ఆర్యజాతి చాల పెద్దదనే చెప్పాలి.

మంగోలియనులనే మరో కూటస్థ ప్రజ చీనా, జపాను, టిబెట్టు, సయాము, బర్మాదేశాలలో వ్యాపించారు. వీరిని పీత వర్ణులు అంటూ ఉంటారు. వీరివి ఎత్తు దవుడలు, చింకి కన్నులూను.

నీగ్రోలు ఆఫ్రికాలోను, మరికొన్ని చోట్లా ఉన్నారు. ఆర్యులు, మంగోలియన్ల కంటె వారిది భిన్నజాతి. వారిది నలుపు వన్నె. అరేబియా, పాలస్థానములందుండే అరబ్బులు, హెబ్రూలు మరోజాతివారు.

వేలకొలది యేండ్లు గడచిన కొద్దీ ఈ జాతులన్నీ ఇంకా చిన్న చిన్న చీలికలై పరస్పరం కలుస్తూ వచ్చినవి. ఆ కథంతా అలా ఉండనీ. ఆయా ప్రజలు మాట్లాడే

భాషలను బట్టి వారి పూర్వజాతిని గ్రహించవచ్చునే ముఖ్య విషయం మనకు ప్రస్తుతం. ఆదిలో ఏ జాతి భాష ఆ జాతికి ఉన్నా, కాలక్రమాన ఆ భాషనుండి పెక్కు భాషలు బయలుదేరాయి. కాని, వీటి అన్నిటికి మూలమైన తల్లిభాష ఒకటే కావడం వల్ల ఈ భాష లన్నింటిలోను సామాన్యంగా కనిపించే పదాలు అనేకంగా ఉన్నవి. ఆ మాటలను బట్టి ఈ భాషలకుండే చుట్టరికం తెలుస్తూ ఉంటుంది.

ఆసియాలోను, యూరపులోను వ్యాపించిన ఆర్యులకు పరస్పర సంబంధాలు తెగిపోయినవి. అవును మరి? అప్పుడు ఈ రైళ్లు, తంతివార్తలు, తపాలాఫీసులు - చివరకు వ్రాత పుస్తకాలు కూడా లేవాయెను. అందువల్ల ఒకొక్క ప్రాంతం వారు ఒక్కొక్క తీరున మాట్లాడుకోవడంవల్ల ఆ భాషలు తల్లి భాషకు, ఇతర ప్రాంతములందలి సోదర భాషలకు గూడ దూరమైపోయినవి.

కనుకనే మానవలోకంలో నేడు ఇన్ని భాషలు కనిపిస్తున్నవి. ఈ వేర్వేరు భాషలను మనం పరిశీలించి చూస్తే వీటికి మూలమైన తల్లిభాషలు పరిమితములే అని తేలుతుంది. ఆర్యులు ఎచటికి వెళ్లినా వారు మాట్లాడే భాషకు మూలము ఆర్యజాతిదిగానే ఉంటుంది. కదా! సంస్కృతం, లాటిను, గ్రీకు, ఇంగ్లీషు, ఫ్రెంచి, జర్మను, ఇటలియను మొదలైన భాషలన్నీ ఏక కుటుంబంనుంచి పుట్టిన అక్కచెల్లెండ్ర వంటివే అవుతవాయెను. అలాగే హిందీ, ఉరుదు, బెంగాలీ, మరాఠీ, గుజరాతీ మొదలైన మన దేశభాషలన్నిటికి సంస్కృతమే మాతృభాష కనుక ఇవన్నీ ఆర్య కుటుంబంలోనివే అని తేలిపోవడం లేదూ?

చీనా భాషకూడా మరో పెద్ద మూలభాష. చీనా, బర్మా, టిబెట్టు, సయాము దేశాల భాషలన్నీ ఈ కుటుంబంలోనివే.

అరాబికు, హెబ్రూ భాషలది సెమిటికు కుటుంబం. టర్కీ, జపాను దేశాల భాషలు ఈ మూడు కుటుంబాలలోనూ చేరవు; అవి వేరు. తమిళం, తెలుగు, మలయాళం, కన్నడం వంటి దక్షిణ భారత భాషలది ద్రావిడ కుటుంబం. అది చాలా పురాతనం. తక్కిన భాషా కుటుంబాలతో దానికి సంబంధం లేదు.

(10)

భాషల పరస్పర సంబంధం

ఆర్యులు ఇలా అనేక ప్రాంతాలకు చెదరిపోయి, తాము పోయిన చోట్లకెల్ల తమ తమ భాషలను గూడ కొంపోయిరి – ఆయా ప్రాంతాల పరిస్థితులు అచటికి చేరిన వారిలో అనేక భేదాలు కల్పించినవి. ఇలా చీలిపోయిన ఒకొక్క శాఖ కొత్త ఆచారాలు, సంప్రదాయాలు అలవరచుకొంది. ఆ కాలంలో రాకపోకలు చాలా కష్టం గనుక ఒక శాఖకు ఒక శాఖకు సంబంధం తెగిపోయింది. అందువల్ల ఒకచోట ఉన్నవారు కొత్తగా ఏదైనా నేర్చుకుంటే దానిని తక్కిన వారికి తెలియజెప్పే వీళ్ళు లేకపోయినవి. ఇలా మార్పులు వస్తూ, తరాలు గడచి పోతూ ఉంటే ఆర్య కుటుంబం భిన్న శాఖలుగా విడిపోవడం తటస్థించింది. తమ అందరిది ఏకకుటుంబమని కూడా వారు మరచిపోయి ఎవరికి వారే అయిపోయినారు. ఆదిలో అందరి భాషా ఒక్కటే అయినా చివరకు ఎవరి భాష వారిదై పోయింది. అవి యన్నీ వేర్వేరు భాషలుగా కన్పించ సాగినవి.

ఆ భాషలలో ఇలా భేదాలేర్పడినా వానిలో ఇంకా ఎన్నో పదాలు సామాన్యంగా ఉంటూ ఎన్నో పోలికలు కనిపిస్తూనే ఉన్నవి. ఇన్ని వేలేండ్లు గడచినా సమానంగా కన్పించే ఆ పదాలను బట్టి ఆ భాషలన్నీ మొదట ఒక భాషే అని తెలుస్తుంది. ఇంగ్లీషు, ఫ్రెంచి భాషలలో ఉండే సమానపదాలు నువ్వు ఎరిగినవే. 'ఫాదర్', 'మదర్' అనే మాటలందరు ఎరిగినవేనా; ఇతర భాషలలో వీటి పోలికలు ఎలా ఉన్నవో చూడు! మనం సంస్కృతంలోనూ, హిందీలోను 'పితా', 'మాతా' అంటాము. అది అలా ఉంచి ల్యాటిను, గ్రీకు భాషలలో చూస్తే అక్కడ కూడా 'పేతర్' 'మేతర్' అంటారు. కొంచెం ఉచ్చారణ భేదంతో జర్మను భాషలో గూడా 'ఫాతర్' 'ముతర్' అనే పలుకుతారు. ఫ్రెంచి భాషలో నేమో 'పెరి' 'మెరి' అంటారు. ఇంకా ఎన్నో భాషలలో కూడా అంతే. దీనిని బట్టి ఈ భాషలన్నింటిలో అన్నదమ్ముల బిడ్డల కుండే పోలికలు కనిపించడం లేదూ? ఒక భాష ఇతర భాషలనుండి కొన్ని మాటలు ఎరువు తెచ్చుకోవడమూ ఉంటుంది. ఇంగ్లీషు, హిందీ భాషలట్లా ఒకదాని నుంచి ఒకట మాటల నెరువు దెచ్చుకొన్నవి కూడాను. అయితే, ఈ 'ఫాదర్', 'మదర్' అనే మాటలు మాత్రం అలా ఎరువు దెచ్చుకొన్నవీ కావు; కొత్తగా నేర్చుకొన్నవీ కావు. ఆదిలో అందరు కలిసి ఉన్నప్పుడే తలిదండ్రులను ఆ పేరులతో పిలవడం నేర్చుకొన్నారు కనుక అవి మారకుండా అలాగే ఉండిపోయినవి. ఇలా పిలిచేవారంతా ఆదిలో ఏకకుటుంబీకులయి ఉంటారు; సందేహం లేదు. దీనిని బట్టి దూర దూర ప్రాంతాల్లో ఉంటూ, వేర్వేరు భాషలు మాట్లాడుకొనేవారందరు ఆదిలో ఒక్క కుటుంబంలో వారే అని ఈ పోలికలు మనకు తెలుపుతూ ఉంటవి.

ఈ భాషల పరిశీలనం ఎంత హృదయంగమంగా ఉంటుందో, చూచావా! మనం మూడు నాలుగు భాషలు నేర్చుకొంటే చాలు; తక్కినవి ఇట్టే నేర్చుకోవచ్చు.

దూర దూరంగా, వేర్వేరు దేశాలలో ఉంటూ ఉన్న మనమంతా మొదట్లో ఏక కుటుంబీకులమనీ , క్రమంగా చీలిపోయి, పరస్పర బంధుత్వం మరచి పోయినామనీ దీనివల్ల తేలుతూ ఉంది. అయినా, ప్రతిదేశంలోను, ఎవరికి వారు, తామే అందరికంటె అధికులమనుకొంటూ ఉంటారు. ఇంగ్లీషు వాళ్ళు తమకు తామే సాటి అనీ, ఫ్రెంచివాళ్ళు తామే అందరికంటె అధికులమనీ, అలాగే జర్మన్లు, ఇటాలియన్లు తమ్ము బోలిన వారు లేరనీ మురిసికొని పొంగిపోతూ ఉంటారు. మనవాళ్ళుకూడా హిందూదేశం అనేక విధాల గొప్పదని ఎంచుకొంటారు. తమ దేశము, తాము అధికులమ్మని ఇలా ఎంచుకోవడం వట్టి దురభిమాన

మనిపించుకొంటుంది. నిజానికి అందరిలోనూ కొంత మంచి, కొంత చెడూ కలిసి ఉంటుంది. అలాగే అన్ని దేశాలలోనూ ఏదో కొంత చెడు ఉండనే ఉంటుంది. కనుక మంచి అనేది ఎక్కడ ఉన్నా మనం గ్రహిస్తూ, అలాగే చెడ్డ ఎక్కడ కన్పించినా పరిహరిస్తూ ఉండాలి. ముందు మనదేశం మాట మన మాలోచించు కోవాలి. మన దేశమిపుడు దురవస్థలపాలై ఉన్నది. మనప్రజలు పేదరికంతో కడగండ్ల పాలై ఉన్నారు. బ్రదుకులో తీపి అంటే ఎట్టిదో మన ప్రజలు ఎరుగరు. వీరికి సుఖం కూర్చే మార్గాలు మన మాలోచించాలి. మన ఆచారాల్లో, అలవాట్లలో ఉన్న మంచిని గ్రహించి, చెడును తొలగించుకోవాలి. ఇతర దేశాల్లో ఏదైనా మంచి కనిపిస్తే దానిని కూడా మనం తప్పక గ్రహించాలి.

మనం ఈ దేశస్థులం. కష్టమో, సుఖమో ఇక్కడే అనుభవిస్తూ దీనిని బాగుచేసు కోవలసిన వాళ్లం. నిజమే కాని, ఈ మానవ లోకమంతా ఏక కుటుంబమనీ, అన్ని దేశాల వారు మనకు ఆత్మీయులే ననీ మరచిపోగూడదు. లోకంలో ప్రజలంతా సుఖంగా, తృప్తిగా ఉంటే ఎంత బాగుంటుందో ఆలోచించు. కనుక ఈలోకాన్ని సుఖమయం చేయడమే మన పని.

11

నాగరికత అంటే ఏమిటి?

తొలినాటి నాగరికతలు ఎట్టివో చెప్పేముందు అసలు నాగరికత అంటే ఏమిటో కొంచెం చెపుతాను. నిఘంటువుల్లో నాగరికత అనేమాటకు - ఆటవిక లక్షణాలను వదలుకొని మంచి గుణాలు అలవరచుకొని బాగుపడడం - అని అర్థం వ్రాసి ఉంది. అలా బాగుపడేది ఎవరు? అంటే ఒక సంఘమో, ఒక ప్రజయో అని వేరే చెప్పనక్కర లేదు. అడవులలో మృగాల వలె చరించడాన్ని ఆటవికత్వము అంటాము. దానికి భిన్నమైనది నాగరికత అన్నమాట. ఆటవికత్వం వదలిన కొద్దీ నాగరికం అలవడుతూ ఉంటుంది.

సరే, బాగానే ఉంది. మరి, ఒక మనిషినో, సంఘాన్నో నాగరికుడనీ, అనాగరికమనీ ఎలా తెలుసుకోవడం? యూరపులో చాలామంది తాము నాగరికులమనీ, ఆసియా ప్రజలు అనాగరికులనీ అంటూ ఉండడం కద్దు. ఆసియా, ఆఫ్రికా వాసులకంటె తాము ఎక్కువగా దుస్తులు ధరిస్తూ ఉండటమే ఇలా అనడానికి కారణమేమో అంటే - వస్త్ర ధారణలో ఎక్కువ తక్కువలు శీతోష్ణాలను బట్టి ఉంటవేకాని అందుకు నాగరికము, అనాగరికము కారణం

కాదు. శీతల దేశాల వారి కంటె ఉష్ణదేశాలవారు ఉడుపులు తక్కువ వేసుకొంటారు. అంతే. లేక, చేతిలో తుపాకి ఉన్నవాడు, లేనివానికంటె బలశాలి కనుక వానిని అధిక నాగరికు డందామా? ఆ ఎక్కువ తక్కువల మాట ఎలా ఉన్నా, బలహీనుడు

గనుక బలశాలిని 'నీవు అధికుడవు కావు' అన్నాడూ అంటే, ఆవలివానిచేతిలో ఉన్న తుపాకివాత బడటం మట్టుకు తప్పదు.

ఇటీవలనే పెద్ద యుద్ధ మొకటి జరిగింది. నువ్వూ ఎరుగుదువు. అనేక దేశాల వాళ్ళు అందులో పాల్గొన్నారు. ఎవరికి వారు, ఆవలి వారిలో ఎంతమందిని మనం చంపగలమా అని ఆలోచించిన వారే. ఇంగ్లీషు వాళ్ళు, జర్మన్లు ఒకరి నొకరు చేతనైనంతవరకు చంపుకొన్నారు. ఇలా లక్షలాది ప్రజలు యుద్ధభూమికి బలియై పోయినారు. కళ్ళు పోయినవాళ్ళు, కాళ్లు చేతులూ తెగిన వాళ్ళూ ఇలా వేలాదిగా అవిటి వాళ్లయి పోయారు. ఫ్రాన్సు మొదలైన దేశాల్లో ఇటువంటి అవిటి వాళ్ళను చూచే ఉంటావు. పారిసు పట్టణపు భూగర్భంలో నడిచే 'మెట్రో' రైలు పెట్టెలలో ఇటువంటి వాళ్లకోసం వేరే ఆసనాలు కూడా అమర్చేరు. ఇలా ప్రజలొకరి నొకరు చంపుకోవడం నాగరికమే అంటావా? వీధిలో ఇద్దరు మనుష్యులు కొట్టుకుంటూ ఉంటే, దానిని లేకితనంగా ఎంచుకొంటాము.

పోలీసుభటుడు వచ్చి వాళ్ల కొట్లాట మాన్పుతాడు. అటువంటిది, పెద్ద పెద్ద దేశాలు కయ్యానికి దిగిఒకళ్ల నొకళ్ళు హతమార్చుకోవడం మరీ లేకితనము, అవివేకమూ అనిపించుకోదూ? అడవిలో పోరాడుకొనే కిరాతులకు, వీళ్లకూ భేద మేముందీ? ఆ కిరాతులు అనాగరికులైతే ఈ దేశాలవాళ్ళు నాగరికులెట్లా అవుతారు?

ఈ విధంగా ఆలోచిస్తే మొన్నటి యుద్ధంలో ఒకరి నొకరు చంపుకొన్న ఈ ఇంగ్లాండు, జర్మనీ, ఫ్రాన్సు, ఇటలీ మొదలైన దేశాల ప్రజలు నాగరికులు కారని తేలుతుంది. కాని, ఆ దేశాలలో ఎందరో సజ్జనులున్నారనీ, ఎన్నో మంచి పనులు చేస్తున్నారనీ నువ్వు ఎరగనిది కాదు.

కనుక, నాగరికత అంటే ఏమిటో తేల్చడం సులభం కాదంటావు నువ్వు: ఆ మాట నిజమే. మంచి మంచి భవనాలు, మంచి పుస్తకాలు, బొమ్మలు - ఇటువంటి అందమైనవన్నీ నాగరికతకు లక్షణాలే. ఇంతకంటె మంచి లక్షణమేమిటీ అంటే - తన సుఖం వదలుకొని లోక సౌఖ్యం కొరకు పది మందితో కలిసి పనిచేయడమనేది. ఒంటరిపాటు కంటె పదిమందితో పాటుపడటం ఉత్తమం. ఆ పాటును, అందరి మేలు కొరకు పడటం మరీ ఉత్తమం.

(12)

కులముల పుట్టుక

ఆది కాలాన మానవుడు కూడా అడవి మృగంలాగే తిరిగే వాడనీ కాలం గడచిన కొద్దీ కొంత కొంత మెరుగైనాడనీ ఈ వరకే అనుకొన్నాము. మొదట్లో తాను గూడా, నేటి క్రూరమృగాల వలె, ఒంటరిగా మృగాలను వేటాడుతూ ఉండేవాడు. తరువాత పదిమంది జట్టుగూడి వేటాడటంలో భద్రత ఉన్నదని తెలుసుకొన్నాడు. అవును; పదిమంది కలిసి కట్టుగా ఉంటే జంతువులనుండి, శత్రువులబారినుండి రక్షించుకోవడం సులభం కదా. అందుకే జంతువులు కూడా మందలు కట్టి చరిస్తూ ఉంటవి. గొర్రెలు, మేకలు, లేళ్లు, ఏనుగులు కూడా మందగానే తిరుగుతవి. మంద నిద్రబోతూ ఉంటే కొన్ని మేలుకొని కాపలా కాస్తవి. తోడేళ్ల మందలను గూర్చి ఎన్నో కథలు కూడా ఉన్నవి; నువ్వు వినే ఉంటావు. తోడేళ్లకు శీతకాలంలో ఆకలి ఎక్కువ. అందుకని అవి రష్యాలో మందగా తిరుగుతూ, ఆకలి భరించలేక మనుష్యులమీద కూడా వచ్చి పడతవి. ఒంటరి తోడేలు ఎప్పుడూ మనిషి జోలికి రాదు. మందగా ఉంటే మాత్రం మనుష్యులను లెక్కచేయవు. తోడేళ్ల మంద అలా ఆక్రమించి వచ్చినప్పుడు మనుష్యులు 'స్లెడ్జి' అనే చలుగుడు బండ్లెక్కి పారిపోతారు. తోడేళ్లు వాళ్లని వెంటాడి తరుముతూ ఉంటవి.

ఈ విధంగా మనుష్యులు గుంపులుగా చరించడం నేర్చుకొన్నారు. మానవులకు మొదట్లో పట్టుబడిన నాగరిక లక్షణం ఇలా గుంపు గూడటమే. ఈ గుంపులనే కులము లంటారు. ఒక కులం వాళ్లందరు కలిసి ఉంటూ ఒకరి కొకరు సహాయపడేవారు. తన క్షేమంకంటె కుల క్షేమమే ముఖ్యంగా ఎంచుకుంటూ కులానికి ఆపద వచ్చినపుడు అందరు ఏకమై, దాన్ని రక్షించుకొనేవారు. కులానికి కొరగాని వాడెవడైనా ఉంటే వాణ్ణి దానినుండి తరిమి వేసేవారు.

పదిమంది కలిసి పనిచేయ వలెనంటే అందుకు ఒక నియమం అంటూ ఉండాలి. అలా లేక ఎవని ఇష్టం చొప్పున వాడు పోతూ ఉంటే మొదలు కులానికే మోసం వస్తుంది. అందుకోసం కులపెద్ద అంటూ ఉండవలసి వచ్చింది. జంతువుల మందకు కూడా మొనగాడు మృగమొకటి ఉంటుంది. అందువల్ల ఒక కులం వాళ్లందరు తమలో బలశాలిని పెద్దగా ఎంచుకొనేవారు. తరచు పోరాటాలతోనే సరిపోయేది కనుక బలశాలినే కుల పెద్దగా ఎన్నుకుంటూ ఉండేవారు.

ఒక కులపువాళ్లే తమలో తాము కొట్లాడుకుంటే కులానికే హాని వస్తుంది గనుక కుల పెద్ద అటువంటి కులకలహం పుట్టకుండా చూచేవాడు. కులానికి కులానికి మధ్య పోరాటాలు ఉండనే ఉండేవి. తనకోసం ఇతరులతో పోరాడటం కంటె కులం కోసం ఇలాపోరాడట మనేది కొంత మెరుగనే ఎంచాలి.

పెద్ద పెద్ద కుటుంబాలే ఆదిలో కులాలుగా ఏర్పడినవి. ఆ కుటుంబం వాళ్లందరికి పరస్పర సంబంధం ఉండేది. ఆ కుటుంబాలే క్రమంగా పెరిగి పెద్ద పెద్ద కులాలు ఏర్పడినవి.

ఈ కులా లేర్పడక పూర్వం ఒంటరిగా ఉండే మనుష్యుల బ్రతుకు ఎంత కష్టంగా ఉండేదో! తల దాచుకొనేటందుకు ఇల్లంటూ లేదు. తోళ్లు తప్ప గుడ్డలంటూ లేవు. పొట్టకోసం దుంపలూ, కాయలూను లేకుంటే, మృగాలను

వేటాడి, చంపి పొట్ట నింపుకోవాలి. ఇలా బ్రతుకు నిత్య పోరాటంగా ఉండేది. ఎటు చూచినా శత్రు మధ్యాన ఉన్నట్లు ఉండేది. ప్రకృతి కూడా మంచు, రాళ్ల వాన కురుస్తూ, భూకంపాలతో శత్రువుగా కనిపించేది. ఈ శత్రువుల మధ్య క్షుద్రుడైన మానవుడు ఒంటరిగా, బిక్కు బిక్కుమంటూ, నేలమీద ప్రాకుతూ దిన దిన గండంగా బ్రదికేవాడు. ఎటు చూచినా భయమే. ఆ శత్రుత్వానికి కారణ మేమిటో తెలిసేది కాదు. వడగళ్లు విసరి కొట్టుతూ ఉంటే మేఘాలలో నుంచి ఏ దేవుడో, దయ్యమో కొట్టుతున్నట్లు అనుకొనేవాడు. అలా రాళ్లు, జడివానలు, మంచూ తన మీదికి విసరే ఆ దయ్యాన్ని మంచి చేసుకుంటే బాగుండు ననిపించేది. అలా మంచి చేసుకునే ఉపాయం ఆలోచించే తెలివి తేటలు లేవాయె. ఆ మబ్బుల్లో దయ్యం తనవంటిదే ననీ, దానికి ఆకలి ఉంటుందనీ ఎంచి, తాను చంపిన జంతువుల మాంసం ఆ దేవునకు బలి ఇచ్చేవాడు. ఆ బలిని దేవుడు ఆరగించి, తనపై దయ తలచి రాళ్ళతో విసరికొట్టడం మానుతాడనుకొనేవాడు.

ఈ వానలు, వడగళ్లు ఎందుకు కురుస్తవో, ఇప్పుడంటే మనకు తెలియును గనుక ఆ బలి యివ్వడం అవివేకంగా కనిపిస్తుంది. పాపం, ఆ నాటి వాళ్ల కీ ఆలోచన లేదుగా. వాళ్లదాకా ఎందుకు? నేడు కూడా బలులిచ్చి దేవుళ్లను సంతోషపెట్టజూచే అవివేకులు ఎందరో ఉన్నారు కదా!

13

మతముల పుట్టుక, పని పంపకం

పూర్వం మానవులు అన్నిటికి భయపడుతూ తమ కష్టాలకు దేవతల ఆగ్రహమే కారణమనుకొనే వాళ్లని చెప్పి ఉన్నాను. కొండల్లో, కోనల్లో, ఏళ్లలో, మబ్బుల్లో – అన్నిటా వారికి ఈ దేవతలే కన్పించేవారు. దేవుడు దయామయుడని వారెరుగరు. వారిదేవుడు చీటికి మాటికి చిరాకుపడే కోపిష్ఠి. ఆయనకు ఎక్కడ కోపం వచ్చిపోతుందో అని తిండి మొదలైన లంచాలు ఇచ్చేవారు. భూకంపమో, వరదలో, వ్యాధులో వచ్చి పెక్కుమంది చస్తూఉంటే దేవతలకు చాలాకోపం వచ్చిందని వాళ్లు వణకిపోయేవాళ్లు. అప్పుడు ఆ దేవతల ప్రీతి కోసమని స్త్రీలను, పురుషులను, కన్నబిడ్డలను కూడా బలియిచ్చేవారు. భయపడిన మనిషి ఎట్టి ఘోరాలకైనా పాల్పడుతాడు కదా!

మతమనేది మొదట్లో ఇలా భయంవల్ల బయలుదేరి ఉంటుంది. భయంకొద్దీ చేసేపని ఏదైనా చెడ్డదే అవుతుంది. మతము మనకెన్నో మంచి సంగతులు బోధిస్తుందని నువ్వూ ఎరుగుదువు. లోకంలోఉన్న వివిధ మతాలనుగూర్చి, వాటి వల్ల కలిగిన మేలు కీళ్లను గూర్చి పెద్దదాన వైనకొద్దీ నువ్వు తెలిసికొంటావు. ఈ మతమనేది మొదట్లో ఎలా పుట్టిందో ఇప్పుడు చెపుతున్నాను, అంతే. అది ఎలా వృద్ధి చెందిందో తరవాత తెలుస్తుంది. కాని, నేటికి కూడా ఈ మతం పేరట ప్రజలు పరస్పరం కలహిస్తూ, తలలు బ్రద్దలు కొట్టు కొంటూనే ఉన్నారు. అట్టివారు తాము కల్పించుకొన్న దేవుళ్ల ప్రీతికోసం గుళ్లలో కానుకలు, జంతుబలులూ సమర్పిస్తూ కాలక్షేపం చేస్తూనే ఉన్నారు.

ఇంతకు, చెప్పవచ్చిందేమిటంటే - ఆదికాలంలో మనుష్యుల బ్రదుకు కష్టమయంగా ఉండేది. ఏనాటితిండి ఆనాడు చూచుకోకపోతే పస్తులేగతి. ప్రాలుమాలే వాళ్లకు ఒక్కదినం కూడా అప్పుడు గడిచేదికాదు. ఒక్కసారిగా ఆహారాన్ని ఎక్కువగా సమకూర్చుకొని, కొంతకాలం ఊరకే ఉందామంటే కుదిరేదికాదు.

కులమంటూ ఏర్పడిన పిమ్మట వారికి కొంతకొంత సుఖం లభిస్తూవచ్చింది. ఎవనికి వాడు సంపాదించుకొనే దాని కంటె అధికంగా ఆహారాన్ని పదిమందీ కలసి సమకూర్చుకొనేవాళ్లు. ఒంటరిపాటుకంటె పదిమందితో చేసేపాటు ఎక్కువ ఫలప్రదమని ఎరుగుదువుగా. ఒకరిద్దరు మోయలేని బరువు పదిమంది కలిస్తే తేలికవుతుంది. ఆ రోజుల్లోనే వ్యవసాయమనే విద్యను కూడా మనుష్యులు నేర్చుకొన్నారని ఈ వరకే చెప్పేను.నీ కింకో చిత్రం చెప్పుదునా? చీమలు కూడా వ్యవసాయం చేస్తవి. అంటే, అవి పొలందున్ని, విత్తులు చల్లి, పంట చేస్తవని కాదుసుమా. కొన్ని మొక్కల గింజలను చీమలు తింటవి. కనుక ఆ మొక్కలచుట్టూ పెరిగిన గరికపోచల నవి చల్లగా కుళ్లగించి వేస్తవి. అందువల్ల ఆ మొక్క ఏపుగా పెరుగుతుంది. ఇదీ చీమలు చేసే వ్యవసాయం.

ఆదిలో వ్యవసాయమంటే ఎరుగరు గనుక మనుష్యులు కూడా ఇలాగే చేసేవాళ్లేమో విత్తులు చల్లి పంటలు పండించడం నేర్చేసరికి ఎన్ని తరాలు గడచినవో!

వ్యవసాయం నేర్చిన పిమ్మట వారికి తిండికోసం దేవులాట కొంత తగ్గిపోయినది. తిండికై నిత్యం వేటాడ వలసిన బాధ తప్పిపోయింది. మరొక చిత్రమైన మార్పు కూడా వ్యవసాయం వల్ల వచ్చింది. అంతకు పూర్వం మగవాడన్నవాడల్లా వేటాడి తీరవలసిందే ఇంకోపని అంటూ ఉండేది కాదు. ఆడవాళ్లు పండ్లు ఏరుతూ, పిల్లలను కనిపెట్టుక ఉండేవారు. వ్యవసాయం వచ్చిన పిమ్మట పొలంపాటునీ, వేటనీ, పసుల కాపనీ వేర్వేరు పనులు ఏర్పడినవి. పశువులను మేపడం, పాడిచేయడం ఆడవాళ్ల వంతుకు వచ్చి ఉంటుంది. మగవాళ్లు తలోపని చేస్తూ ఉండేవాళ్లు.

ఇప్పుడు లోకంలో ఒక్కొక్కరు ఒకొక్కపనే చేస్తూ ఉన్నారు. ఒకరు వైద్యము, ఒకరు వంతెనలు రోడ్లు వేయించడం, కమ్మర మొకరు, వడ్రంగ మొకరు, ఒకరు తాపీపని, మరొకరు చెప్పులో, దుస్తులో కుట్టడం – ఇదీ వరస. ఎవరి వ్యాపారం వారిదే. ఒకరు చేసేపనిని గూర్చి ఇంకోరికి అంతగా తెలియదు. దీనినే కర్మ విభజనం, పని పంపకం అంటారు. పెక్కుపనుల్లో వేలు పెట్టేకంటే ఒక్క పనిలోనే ప్రావీణ్యం సంపాదించడం మంచిది కాదూ? అందువల్ల లోకంలో నేడు ఈ కర్మ విభజన అధికంగా కనిపిస్తూ ఉంది.

పూర్వం కూడా వ్యవసాయంతోపాటు ఈపని పంపకం చల్లగా ఆరంభమయింది.

14

వ్యవసాయంతో వచ్చిన మార్పులు

క్రిందటిసారి పని పంపకాన్ని గురించి చెప్పేను. ఆదిలో అందరికి వేటాడడంతోనే సరిపోయేది. ప్రొద్దు క్రుంకులూ వేటాడినా పొట్ట నిండేది కాదు. అందువల్ల కర్మవిభజనకు అక్కర కలుగలేదు. మొదట్లో స్త్రీలు పురుషులు పనిపాటులు పంచుకొనేవారు – మగవాళ్లు వేటకు వెళ్లితే, ఆడవాళ్లు పిల్లలను, పసులను కనిపెట్టుకొని ఉండేవారు.

వ్యవసాయమంటూ – వచ్చేసరికి కొందరు పొలముపాటు, కొందరు వేటాడటం ఇలాపనులు పంచుకోవటం ఆరంభించారు. కాలం గడచినకొద్దీ కొందరు వేర్వేరు వృత్తులు నేర్చుకొని వానిలో ప్రవీణత సంపాదించుకొన్నారు.

ఈ వ్యవసాయంవల్ల వచ్చిన మరో విశేషమేమిటంటే – ప్రజలకు పల్లెలు, పట్టణాలూ ఏర్పడినవి. వ్యవసాయమంటూ రాకపూర్వం, జంతువులు ఎక్కడపట్టినా దొరికేవి కనుక వేటాడేవారికి ఒకచోట నిలకడగా ఉండే అవసరం లేకపోయింది. అంతేకాదు. తమపశువులకు మేతా, నీరూ ఎక్కడ దొరకుతుందో అక్కడికి వెళ్లవలసి వచ్చేది. కొంతకాలం ఒకచోట ఉండేసరికి అక్కడి మేత అంతా పసులు తినేసేవి. మళ్లా కొత్త బీళ్లకోసం వెతుక్కుంటూ పోయేవాళ్లు.

1

వ్యవసాయంతోకూడా నేలకు, మనిషికీ బంధమంటూ ఏర్పడింది. నేలను దున్ని, విత్తనాలు చల్లినపిమ్మట పంటకోసం కనిపెట్టి ఉండక తప్పదాయే. ఇలా పంటనేలల చెంత పల్లెలు, పట్నవాసాలు బయలు దేరినవి.

వ్యవసాయం మరోమార్పు కూడా తెచ్చి పెట్టింది. ఎప్పుడూ వేటాడుతూ ఉండటంకంటే పంటలు పండించటం తేలికైనపని. తమకు కావలసిన దానికంటె అధికంగా పంటనిస్తుం దీ నేల. కాబట్టి ఆ పంటను భద్రపరచుకోవలసి వచ్చింది.

ఇక్కడ ఒక విషయం జాగ్రత్తగా గమనించవలసి ఉంది. ఏమిటంటే - మనుష్యులు వేటాడుతూ ఉన్నంతకాలం పొట్ట గడపటం అంతంత మాత్రంగానే ఉండేది కనుక దాచుకొనేటందుకు ఏమీ మిగిలేది కాదు. దాచుకొనే సొమ్ములు లేనప్పుడు బాంకులతో *(Banks)* పనేముంది? వ్యవసాయం వచ్చేసరికి పండిన పంటంతా ఒక్కసారి తినలేరు కనుక మిగులుపంటను దాచుకోవలసి వచ్చింది. తమపొట్టలకు సరిపడే దానికంటె ఎక్కువపంటను, అధికశ్రమచేసి పండించటం వల్ల ఈ మిగులుపంట అంటూ ఒకటి ఏర్పడింది.

ఇప్పుడు ప్రజలు బాంకులలో ధనం దాచుకొని, చెక్కులిచ్చి తెచ్చుకోవటం ఎరుగుదువుగా. ఈ ధనం ఎలావచ్చిందో ఆలోచించావా? తమఅక్కరకు మించిన ధనాన్ని, ఒక్కసారిగా ఖర్చుపెట్టటం ఇష్టంలేక ప్రజలు బాంకులో దాచుకొంటారు. ఇలా మిగులుధనం ఎవరికి ఉంటుందో వారే నేడు శ్రీమంతులు. పేదవానికి

మొదలే లేదు, ఇకమిగులెక్కడిది? ఈ మిగులు ధనం ఎలా వస్తుందో ముందుముందు నీకే తెలుస్తుంది. ఇతరులకంటే అధికంగా పాటుపడితే వచ్చేది కాదిది. అసలు పాటుపడని వారికే ఈ మిగులు. పాటుపడేవాళ్ల నోట్లో మట్టిగడ్డయే. ఈ పద్ధతి ఏమీ బాగున్నదికాదు. ఈ వెఱ్ఱి పద్ధతివల్లనే లోకంలో పేద లధికమైనారని చాలామంది అభిప్రాయం. ఇది అంతా నీకిపుడు అర్థకాదు. పోనిలే, బాధపడకు; ముందు ముందు అదే అర్థమవుతుంది.

అక్కరకు మించిన పంట వ్యవసాయంవల్ల వచ్చిందనేది ప్రస్తుతం, ఆ మిగులు పంటను దాచుకోవలసి వచ్చింది. దానిని ధనంగా మార్చటం. బాంకులో దాచటం అప్పటికింకా ఏర్పడలేదు. ఆవులు, గొఱ్ఱెలు, ఒంటెలు మొదలైన పశువులూ, ధాన్యమూ – ఇవే ఆనాటి సంపద. అవి ఉన్న వారినే సంపన్నులనేవారు.

15

కులపతులు

నా జాబులు కొంచెం చిక్కుగా ఉంటున్నట్లు నీకు తోస్తున్నవేమో? అవును, లోకజీవనమే చిక్కులలోపడి ఉన్నది. పూర్వం ఇన్ని చిక్కులుండేవికావు; బ్రదుకుబాట సరళంగా ఉండేది. అసలీచిక్కులన్నీ ఎలా ఆరంభమైనవో మనం గనుక తెలిసికొంటే నేటిమానవసంఘం, దాని జీవనపద్ధతి సులభంగా తెలిసిపోతుంది. అలా తెలిసికోకపోతే అంతా అడవీ, అగాధంగా ఉంటుంది. ఆ కీకారణ్యంలో దారితప్పిన పసిపిల్లల వతుగా ఉంటుంది మనపని. అందుకని ఆ యడవి మొగలోకి నిన్ను తీసుకు వెళ్లుతున్నాను. అక్కడినుంచి నెమ్మదిగా దారిచేసుకొంటూ నడచిరావచ్చు.

మనం మసూరీలో ఉండగా నువ్వు అడిగేవు జ్ఞాపకమున్నదా ఈ రాజులనే వాళ్లెవళ్లు? వాళ్లెలా రాజులైనారు? అని. ఇదిగో, ఇపుడారాజు లెలావచ్చారో, అదే చెప్పబోతున్నాను. మొదట్లో వీరిని రాజులనేవారు కారు. వీరిపుట్టుపూర్వోత్తరాలను గురించి ఇపుడు విచారించుదాము.

కులాలనేవి ఎలా ఏర్పాటయినవో ఈ వరకు చెప్పేను కాదూ. వ్యవసాయ వృత్తి అంటూ వచ్చేసరికి ఎవరి పనిపాటులు వారికి పంచి చేయించే మనిషి ఒకడు కావసి వచ్చేడు. ఇంకా అంతకు పూర్వమే కులాలమధ్య పోరాటాలలో ఒక మొనగాడు ఉంటూ ఉండేవాడు. ఆ కుల మంతటిలో వృద్ధుడే మొనగాడయే వాడనుకో. అతనికే కులపతి అనేపేరు ఏర్పడింది. వయసుచే అతడు వృద్ధుడు గనుక తెలివితేటలు, అనుభవము అతని కధికంగా ఉండేవి. అంతకుమించి ఆతనిలో విశేషమేమీలేదు. ఆతడూ అందరితోపాటు కష్టించి పనిచేసే వాడు. ఇలా అందరు కలిసి పండించిన పంటను అందరూ పంచుకొనేవారు. ఉన్న

సంపదఅంతా కులమందిరిదీని. అంతేగాని నేడున్నట్లు ఎవరికి వారికి సొంత ఇల్లూ, సొంతసొత్తూ అంటూ ఉండేదికాదు. ఏది సంపాదించినా దానిని కులమంతా పంచుకోవలసిందే. అందరిలోనూ పెద్దయైన కులపతి ఆ పాలుపంపులు చేస్తూ ఉండేవాడు.

ఆ పిమ్మట ఎన్నో మార్పులు; వ్యవసాయ వృత్తీ అంటూ రావడంవల్ల ఎవరిపని వారికి ఏర్పాటుచేసి, అందరిచేత సక్రమంగా పని చేయించడంతోనే సరిపోయేది కులపతికి. దానితో మామూలు పనిపాటుల కాతనికి తీరిక ఉండేది కాదు. ఈ విధంగా తక్కిన వాళ్లకంటె ఆతడు వేరైపోయినాడు. కొందరికి పొలంపాటు, కొందరికి వేట, కొందరికి శత్రువులతో పోరాటం – ఇలా అందరికి పనులు బనాయించి, అన్ని పనులు చక్కగా జరిపించడమూ – ఇదే కులపతికి పనిగా ఏర్పడిపోయింది. ఇతర కులాలతో పోరాటం తటస్థించినప్పుడు, ఆ యుద్ధం క్రమంగా నడిపించాలి గనుక కులపతి పెత్తనం మరీ ఎక్కువైపోయేది. ఈ విధంగా కులపతి సర్వాధికారి అయినాడు.

బనాయించ వలసిన పనులు క్రమంగా ఎక్కువైపోయి కులపతి ఒక్కనికే ఆపని సాధ్యం కాకపోయేసరికి తనకు సహాయులను కొందరి నాతడు ఎంచుకున్నాడు. ఇలా, పనులు చెప్పిచేయించేవారి సంఖ్య పెరిగింది. వారందరికి కులపతి అధిపతియైనాడు. ఇలా పనిపాటులు చేసేవారు కొందరు, చేయించేవారు కొందరు అనే హెచ్చుతగ్గులు పుట్టుక వచ్చినవి. పని పాటులు చేయించే వారికి, చేసేవారిమీద అధికారం ఏర్పడింది.

ఈ కులపతి అధికారం ఇంకా ఎలా పెరిగిందో తరువాత చెపుతాను.

16

కులపతి అధికారం పెరుగుదల

ఆనాటి కులాలను గూర్చి, కులపతులను గూర్చి నేను చెప్పింది చప్పచప్పగా లేదు కద! ఆ నాడు కులాలకు ఉమ్మడి సొత్తు ఉంఢటమే కాని ఎవరికీ సొంతసొత్తు లేదన్నాను కాదూ? కులపతికి గూడా సొంతసొత్తు అంటూలేదు. ఉమ్మడి సొత్తులో అందరితోపాటు అతనికీ భాగం ఉండేది; అంతే. అయితే ఆతడు పెద్దగా ఉండి ఉమ్మడి ఆస్తిని కనిపెట్టి ఉండేవాడు కనుక, క్రమంగా అధికారం పెరిగిన కొద్దీ ఆ సంపద అంతా తనదే అనుకోవడం మొదలు పెట్టేడు. కులానికి తాను పెద్ద గనుక తానే కులమనీ, దాని సొమ్మంతా తనదేననీ ఎంచుకొన్నాడు. ఈ విధంగా సొంత ఆస్తి అనేది ఏర్పాటుకాసాగింది. కాబట్టే మనమిప్పుడెంతసేపూ నాది, నీది అనుకొంటూ ఉంటాము. ఆదిలో అటువంటిది లేదు. సంపద అంతా అందరిదీని.

6

7

కులమంటే తానే అని కులపతి ఎంచుకోవడంతో ఉమ్మడిసొమ్ములన్నింటికి దాదాపు అతడే అధికారియైనాడు.

కులపతి చనిపోతే కులము వారంతా కూడి మరి ఒకరిని కులపెద్దగా వరించేవారు. అయితే, కులపతి కుటుంబంలో వాళ్లు ఆతనికి చేదోడుగా ఉంటూ, వ్యవహారాలన్నీ ఆకళింపు చేసుకొని ఉండేవాళ్లు గనుక వారిలోనే ఒకరిని కులపతిగా ఎంచుకోవడం జరుగుతూ ఉండేది. ఈ విధంగా కులపతి కుటుంబానికి ఆధిక్యం ఏర్పడి, ఆ కుటుంబంలో వాళ్లే మళ్లా మళ్లా కులపతులవుతూ ఉండేవారు. కులపతికి అధికారం విశేషంగా ఉండేది కనుక ఆతడు తనపిమ్మట తనకొడుకో, తమ్ముడో కులపతి కావాలని కోరి ఆ విధంగా ఏర్పాటు చేసేవాడు. అందుకని తనకొడుకుకో, తమ్ముడికో, మరో దగ్గరి బంధువుకో కులపతిత్వానికి తగిన తరిఫీదు ఇచ్చేవాడు. అలా తనవల్ల తరిఫీదు పొందినవాణ్ణే తన అనంతరం కులపతిగా వరించ వలసిందని కులమువారితో చెప్పిపోయేవాడు. కులమువారికి ఇలా చెప్పించుకోవడం మొదట్లో కొంత కష్టంగానే ఉండేది కాని, క్రమంగా అది అలవాటయి పోయింది. కులపతి ఆజ్ఞచొప్పునే చేస్తూ వచ్చారు. ఫలానివాణ్ణి, కులపతిని చేయవలసిందని ముసలివాడు ముందుగానే చెప్పి పోయినాడు గనుక వేరే కులపతిని ఎంచుకోవడంతో నిమిత్తం లేకపోయేది.

ఈ విధంగా కులపతిత్వం ఒక వంశంలో వాళ్లకే పరంపరగా సంక్రమిస్తూ వచ్చింది. ఇకనేముంది? కులపు సొత్తు అంతా కులపతిదే అని స్థిరపడి పోవడం, కులపతి కుటుంబానికే అది సంక్రమించడం తటస్థించింది. అంతకు పూర్వం లేని సొంత ఆస్తి అనే వ్యవహారము, నాది, నీది అనే భేదము ఇలా వచ్చి పడింది. అందరూ కలసి కులంకోసం పాటుపడడం, పండిన పంట నందరూ పంచుకోవడము - అంతేకాని తనకోసమంటూ ఎవరూ దాచుకోవడం అంతకుముందు ఎరుగరు. ఉమ్మడి సొత్తుకు అందరూ కర్తలే కనుక కలవాడు, లేనివాడు అనే భేదమే ఉండేది కాదు.

ఉమ్మడి ఆస్తిని కులపతి తనదంటూ ఎప్పుడు ఆకట్టుకొన్నాడో దానితోనే ఈ కలిమిలేముల బెడద వచ్చింది.

దీనిని గూర్చి చెప్పవలసింది ఇంకా ఉంది.

17

కులపతే రాజైనాడు

ఈ ముసలి కులపతి కథ తరగకుండా ఉంది కాదూ? ఇదిగో, ఈతని కథ ముగించుదాం. ఈతని పేరు మారిపోతుందిక. అసలు రాజులనేవారు ఎట్లా ఏర్పడ్డారో చెపుదామని ఆరంభించాను. అందుకోసం ఈ కులపతుల కథ ఎత్తుకోవలసి వచ్చింది. ఈ కులపతులే రాజులు, మహారాజులు అయినారని నీ

వీపాటికి ఊహించే ఉంటావు. కులపతిని ఇంగ్లీషులో 'పాట్రియార్కు' అంటారు. ఇది 'పేటర్' అనే లాటిను శబ్దం నుంచి పుట్టింది. మన సంస్కృతంలో పితృ శబ్దం ఉన్నదిగా. ఈ పేటర్ క్రింద ఉండే రాజ్యాన్ని 'పేట్రియా' అంటారు లాటినులో. దానినే సంస్కృతంలో 'పిత్రీయం' అంటారు. దానికి తండ్రిదేశ మని అర్థం. మనమేమో దానిని మాతృదేశ మంటాము. ఈ రెంటిలో నీకేది బాగుందో?

పాట్రియార్కు అనే ఈ కులపతి ఆస్తి, తండ్రీ బిడ్డలవరుసను సంక్రమించే సరికి ఆతడు రాజుగా మారిపోయినాడు. ఆతడు పాలించేదంతా ఆతనిరాజ్య మనిపించు కొన్నది. ఆ రాజ్యంలో ఉండేదంతా తనదేనని రాజు అనుకోవడం

సాగించాడు. తానే రాజ్య మనుకొన్నాడు. వెనుకటికి ఒక ఫ్రెంచి రాజు 'నేనే రాజ్యం, రాజ్యమే నేను' అన్నాడట. ప్రజలు సంపాదించిన సొత్తును పంటను అందరికి సమంగా పంచిపెట్టడానికే ఆదిలో తాము ఏర్పడిన మాటను ఈ రాజులు మరచి పోయినారు. తమ కులంలో తెలివిగల వాళ్లు, అనుభవం గలవాళ్లు అనే కారణంచేత - ప్రజలు తమను ఆదిలో కులపతులుగా వరించారనే సంగతి వీరికి మరపు తగిలింది. తాము ప్రభువులమనీ, ప్రజలందరు తమకు సేవకులనీ అనుకోవడం సాగించా రీ రాజులు. నిజానికి రాజులే ప్రజలకు, దేశానికి సేవకులు.

ముందు ముందు దేశ చరిత్రలు చదువుతూ ఉంటే నీకే తెలుస్తుంది - ఈ రాజుల అహంకార మెలా పెరిగిపోయిందీ. తాము విష్ణువు అంశాన పుట్టిన దేవుళ్లమనీ, ప్రజలు తమ్ముఎన్నుకోనక్కరలేదనీవిట్టవీగ సాగేరు. ప్రజలు మల మల మాడి పోతుంటే మహా వైభవంగా వీరు భోగాలనుభవిస్తూ ఉండేవారు. కొన్ని కొన్ని దేశాల ప్రజలు వీరి ఆగడం భరించలేక వీరిని సింహాసనం నుండి తరిమి వేసారు. ఇంగ్లండు ప్రజలు ఇలాగే మొదటి చార్లెసు అనే తమరాజును రాజ్యభ్రష్టునిచేసి, ప్రాణాలు తీయడం కూడా జరిగింది. ఫ్రాన్సు దేశపు ప్రజలు తిరుగుబాటుచేసి తమకు అసలు రాజే అక్కరలేదన్నారు. రాణితోసహా రాజకుటుంబాన్ని ఖైదుచేసేరు. పారిసులో ఆ బంధిఖానా చూడబోయినప్పుడు నువ్వు కూడా ఉన్నావనుకుంటాను. మొన్న మొన్ననే రష్యాప్రజలు తమ జారుచక్రవర్తిని తరిమివేసారు. ఇవి అన్నీ చరిత్ర గ్రంథాలు చదివినపుడు నీకే తెలుస్తవి.

రాజులశకం ఇలా అంతరించి పోయింది. ఫ్రాన్సు, జర్మనీ, రష్యా, స్విట్జర్లండు, అమెరికా, చీనా మొదలైన పెక్కు దేశాలలో ఇప్పుడు రాజులు లేనే

లేరు. అచటి ప్రజలే తమ నాయకులను, పాలకులను ఎన్నుకొంటున్నారు. అవి అన్నీ ప్రజారాజ్యాలు. అచటి పాలకులకు వంశపారంపర్యపు హక్కులు లేవు.

ఇంగ్లండులో ఇప్పటికీ రాజైతే ఉన్నాడు గాని ఆయనకేమీ అధికారం లేదు. ప్రజలు ఎన్నుకొన్న నాయకులదే అచట పెత్తనమంతా. ఆ నాయకుల సభను పార్లమెంటు అంటారు. లండనులో వున్న పార్లమెంటుసభను చూచావు.

మనదేశంలో ఇప్పటికీ రాజులు, మహారాజులు, నవాబులు అంటూ ఉన్నారు. రాజలాంఛనాలతో, పెద్ద పెద్ద మోటారు బండ్లెక్కి తిరుగుతూ, తమకోసం బోలెడుసొమ్ము ఖర్చుచేస్తూ ఉంటారు – ఎరుగుదువుగా! వీరి కీసొమ్మంతా ఎక్కడి దనుకొంటున్నావు? ప్రజలు ఇచ్చుకొనేపన్నులనే, వీరు ప్రజల సౌఖ్యంకోసం స్కూళ్లు, రోడ్లు, వైద్యశాలలు, పుస్తక భాండాగారాలు మొదలైన సౌకర్యాలకోసం వెచ్చింపక, తమకోసమిలా దుబారాచేస్తూ ఉంటారు. ఆనాటి ఫ్రెంచి రాజులవలె, వీరు నేటికీ తాము విష్ణువు అంశవల్ల పుట్టినవాళ్ల మనుకొంటూ, ప్రజల సొమ్ముతో. భోగాలు అనుభవిస్తూ ఉంటే, చెమట ఓడ్చి కష్టించే ప్రజలు పొట్టనిండక, పిల్లలకు చదువుల బళ్లయినా లేక అగచాట్లు పడుతున్నారు.

18

పూర్వ నాగరికతలు

ఈ రాజులు, కులపతుల కథ ఇంతటితో వదలి, పూర్వపు నాగరికతలు, అప్పటి ప్రజలనూ గురించి కొంచెం ఆలోచించుదాము.

ఆనాటి ప్రజలను గూర్చి మనకు అంతగా తెలియదుగాని పూర్వశిలాయుగం నవశిలాయుగాల వృత్తాంతంకంటె కొంచెం ఎక్కువగానే తెలియవస్తున్నది. వేలకొలదీ యేండ్లక్రితం కట్టిన పెద్ద పెద్ద భవనాలు శిథిలమై నేటికీ కనిపిస్తున్నవి. పాడువడిన ఆ భవనాలను, దేవాలయాలను బట్టి ఆనాటి ప్రజలెటువంటివారయిందీ, ఏమి చేసిందీ మనం కొంత ఊహించుకోవచ్చు. ఆ భవనాలలో వారు మలచిన విగ్రహాలు, చెక్కిన బొమ్మలు కనిపిస్తున్నవి. ఆ బొమ్మలను బట్టి వారు ఆనాడు ధరించే దుస్తులు మొదలైన అనేక విషయాలు మనకు తెలుస్తవి.

ఆదికాలపు ప్రజలు మొదట్లో ఎక్కడ స్థిరనివాసమేర్పరచు కొన్నారో, ఎచట నాగరికులైనారో మనకు స్పష్టంగా తెలియదు. ఇపుడు అట్లాంటికు సముద్రము ఉన్న ప్రదేశంలో పూర్వం అట్లాంటిసు అనే దేశం ఉండేదని కొందరు చెపుతారు. అచటి ప్రజలు చాలా నాగరికులనీ, ఆ దేశాన్ని అట్లాంటికు సముద్రం తన పొట్టను బెట్టుకోవడం వల్ల ఆ నాటి ఆనవాళ్లు ఏమీ మిగులలేదనీ అంటారు. దాఖలాలు లేని ఈ కట్టుకథలతో మనకు ప్రయోజనం లేదు. వాని నలా ఉంచుదాం.

పూర్వం అమెరికాలో గొప్ప నాగరికత వెలసిందని మరికొందరు చెపుతారు. అమెరికాను కొలంబసు కనిపెట్టాడని నువ్వు విన్నదేగా. కొలంబసు కనిపెట్టాడు అంటే అంతకు పూర్వం అమెరికా దేశం లేదనుకోరాదు. కొలంబసు వెళ్లేనాటికి అమెరికా దేశమూ ఉన్నది; అచట ప్రజలూ నివసిస్తూన్నారు; వారికి నాగరికత కూడా ఒకటి ఉండేది. అమెరికా ఖండపు ఉత్తర దిశను మెక్సికోలో ఉన్న యుకుటా

లోను, దక్షిణాన పెరూలోను పాడుపడిన భవనాలు కనిపిస్తున్నవి. కనుక ఆ రెండుచోట్లా పూర్వం నాగరికతలు వెలసిన వనుకోవాలి. కాని ఆ నాగరికతలను గూర్చి మనకు ఇప్పుడు అంతగా తెలియదు; ముందు ముందు తెలుస్తుందేమో.

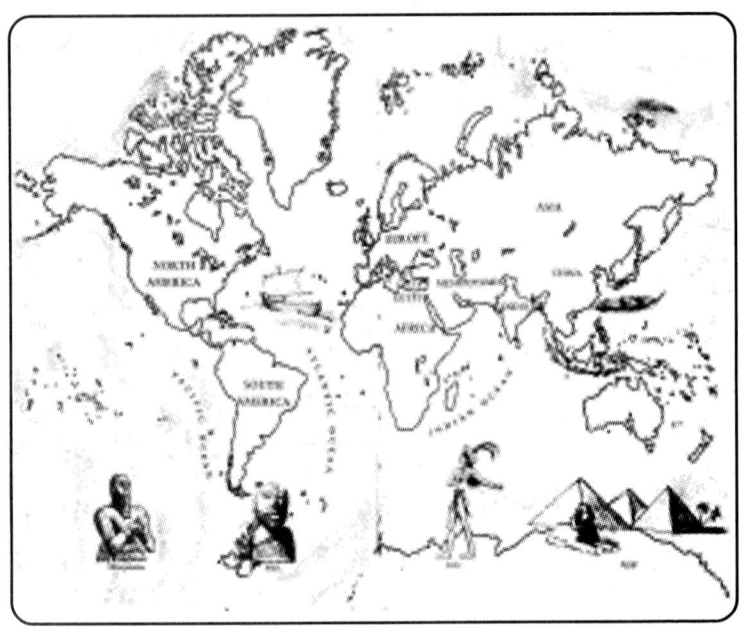

ఆసియా, యూరపు ఖండాలను పూర్వం యూరేషియా అనేవారు. అచటి మెసపొటేమియా, ఈజిప్టు, క్రీటు, ఇండియా, చీనా దేశాలలో పూర్వం గొప్ప నాగరికతలు వెలసినవి. ఈజిప్టు ఇపుడు ఆఫ్రికాఖండంలో ఉన్నా అది యూరేషియాకు చాలా సమీపమే గనుక దానితో కలిపే మాట్లాడుకోవచ్చు.

పూర్వం ద్రిమ్మరీండ్లుగా ఉండే ప్రజలు ఎక్కడో ఒకచోట నిలిచి పోవాలంటే వారికి తిండి సమృద్ధిగా దొరకేచోట కదా నిలుస్తారు. తిండి లభించాలంటే వ్యవసాయం చేయాలి. వ్యవసాయానికి జల సమృద్ధి ఉండాలి. చాలినంత నీరు లేకపోతే పంటలు ఎండిపోతవి. మన దేశంలో కూడా అనావృష్టివల్ల నీటి కరువు రావడం, పంటలు పండక ప్రజలు తిండికోసం అల్లల్లాడడం ఎరుగుదువుగా. కాబట్టి పూర్వకాలంలో కూడా ప్రజలు జలం సమృద్ధిగా లభించే ప్రదేశాలలో స్థిరపడి ఉంటారు.

మెసపొటేమియాలో టైగ్రిసు, యూఫ్రటీసు నదుల మధ్య ప్రదేశంలోనూ, ఈజిప్టులో నైలునది వెంబడి భూములందూ జనావాసాలు ఏర్పడినవి. మన దేశంలో కూడా గంగా, సింధు, యమునా నదీ తీరాలందే పట్నవాసాలు వెలసినవి. ఆనాటి ప్రజల బ్రదుకంతా నీటితో ఉండేది గనుక ఆ నీటినిచ్చే నదులంటే వారికి భక్తి కలిగింది. ఈజిప్టువాసులు నైలునదిని తండ్రిగా ఎంచుకుంటారు. మన దేశంలో సరేసరి, గంగను తల్లిగా ఎంచుకొని 'గంగా మా ఈకి జయ్' అంటూ ఆ నదీ దేవతను నేటికీ పూజిస్తున్నారు. ఆ నదీ జలాలే వారికి జీవనాధారం. ఆ నదులు ఇచ్చే ఒండ్రువల్ల భూములు సారవంతాలవుతున్నవి. కనుక వాటిని తండ్రిగా, తల్లిగా ఎంచి, కొలుస్తూ ఉన్నారు. ప్రజలు ఒకరిని చూచి ఒకరు గొర్రె దాటుగా పోవడమే కాని తాము చేసే పనికి కారణ మాలోచించడ మంటూ ఉండదు. ఎందుకు చెపుతున్నానంటే, ప్రజలకు తిండీ, నీరూ ఇస్తవి కనుక ఈ నదులు వారి పాలిటి దేవతలైనవి.

19

పూర్వపు నగరాలు

పూర్వం ప్రజలు నదీతీరాలలోను, వ్యవసాయానికి అనుకూలమైన పల్లపు భూములలోను నివాసా లేర్పరచుకొన్నారని చెప్పేను. నదీతీరాలలో వెలసిన ఆనాటి నగరాల పేర్లు కొన్ని వినే ఉంటావు. మెసపొటేమియా దేశంలో బాబిలోన్, నినెవీ, అసుర్ నగరాలు ఉండేవి. ఇవి అన్నీ ఏనాడో మట్టిలో గలిసి పోయినవి. అచటి మట్టి దిబ్బలను త్రవ్వితే వాటి ఆనవాళ్లు కనబడుతూ ఉంటవి. వేలకొలది యేండ్లుగా ఆ నగరాలపై మట్టీ, ఇసుకా పేరుకోగా, ఆ దిబ్బలమీద మళ్లా కొత్త నగరాలు కట్టుతూ వచ్చారు. ఆ పాత పట్టణాల కోసం త్రవ్వుతూ ఉంటే వాటిమీద వెలసి పాడైపోయిన ఈ కొత్త పట్టణాలు కనిపిస్తూ ఉంటవి. ఇలా కనిపించే నగరాలు ఒక దానిపై ఒకటి ఏక కాలమందే ఉండేవి అనుకోకు. అట్టడుగున ఉన్న పట్టణంలో ప్రజలు కొన్ని వందలేండ్లు పిల్లపిల్ల తరాన నివసించి ఉంటారు. కొంత కాలాని కది పాడైపోతుంది. దానిమీద మట్టీ ఇసుకా వచ్చి పడుతూఉంటే, వాటిని తొలగించేవారు ఉండరు గనుక కొంత కాలానికవి పూడిపోతవి. ప్రజలు వాటిమాటే మరచిపోతారు. మరికొంత కాలం గడచిన మీదట మళ్లా ఎవరో వచ్చి ఆ దిబ్బలపై ఇళ్లుకట్టు కుంటారు. కొన్ని వందల ఏండ్లకు ఆ ప్రజలు

నశింపగా అవి కూడా పాడుపడి పోతవి. పాడుపడిన ఆ పట్టణం మళ్ళా ఇసుకలో, మట్టిలో పూడిపోతూ ఉంటుంది. ఇసుక భూములలో తరచు ఇలా జరుగుతుంది. ఇసుక అన్నిటినీ శీఘ్రంగా కప్పి పారవేస్తుంది.

ఇలా ఒక పట్టణం కట్టుకొని ఆలుబిడ్డలతో ప్రజలచట కాపురము ఉండి కష్టసుఖా లనుభవించడం, కొంత కాలాని కది నామరూపాలు లేకుండా పోవడం, మళ్ళా క్రొత్త ప్రజవచ్చి ఆపాటి మీదనే నగరం నిర్మించుకొని, తాముగూడ కొంతకాలానికి నశించి, ఊరూపేరూ లేకుండా పోవడం - ఇది అంతా ఎంత చిత్రంగాఉందో చూచేవా? నేనిది అంతా చెప్పడమైతే నాల్గు వాక్యాల్లో చెప్పేనే కాని, అలా పట్టణాలు వెలసి, పాడుపడి, మళ్ళా వానిపై క్రొత్తవి బయలుదేరి అవీ పాడుపడిన వంటే ఎన్నివేల ఏండ్లు గడచి ఉంటవో ఆలోచించుకో! డెబ్బది, ఎనుబది ఏళ్లు వచ్చేసరికి మనిషి ముసలి వాడైనా డంటాము కదా. ఈ వేలకొలది సంవత్సరాల సంగతి తలచుకొంటే ఇటువంటి డెబ్బదులు, ఎనుబదులు ఎన్ని గడచిపోయి ఉంటవో! ఆ నగరాలు సజీవంగా ఉండగా ఎన్ని తరాల పిల్లలు పెరిగి పెద్దవాళ్లై చచ్చిపుట్టుతూ వచ్చారో ఆలోచించు! అటువంటి బాబిలోన్, నినెవీ నగరాల పేర్లుమాత్రం మనం వింటున్నాము. సిరియాదేశంలో డమాస్కస్ పట్టణం కూడా అతిపురాతనం. అది నేటికీ నిలిచి ఉంది. భూలోకంలో అంతటి ప్రాచీన నగరం మరొకటి లేదంటారు.

మన దేశంలోనూ నగరాలు నదీతీరములందే వెలసినవి. మన ఢిల్లీకి సమీపంలో ఇంద్రప్రస్థమనే నగరం ఉండేదట. వారణాసి అనే కాశీనగరం కూడా అతి పురాతనం. అలహాబాదు, కాన్పూరు, పాట్నానగరాలు, నువ్వెరిగిన మరికొన్ని పట్టణాలు కూడా నదుల ఒడ్డునే ఉన్నవి. ఇవి మరీ పురాతనాలు కావుగాని అలహాబాదని చెప్పికొనే ప్రయాగ, పాట్నా అని మనం పిలిచే పాటలీ పుత్రం - ఈ రెండూ పాతపట్టణాలే.

చీనాలో కూడా ఇట్టి పురాతన నగరాలెన్నో ఉన్నవి.

20

ఈజిప్టు, క్రీటు

ఈ పురాతన పట్టణాలలో, పల్లెలలో పాడుపడి నిలిచి ఉన్న పెద్ద పెద్ద భవనాలను, ఆలయాలను చూస్తే ఆనాటి ప్రజలను గూర్చి మనకు కొంత కొంత తెలుస్తూ ఉంటుంది. శిలలపై చెక్కిన ఆనాటి శాసనాల వల్ల కూడా అప్పటి చరిత్ర కొంత తెలుస్తున్నది.

ఈజిప్టులో ఆనాటి పిరమిడ్లు, స్ఫింక్సు విగ్రహము, లక్సరులో పాడుపడియున్న గొప్ప దేవాలయాలు నేటికీ నిలిచి ఉన్నవి. నువ్వయితే చూడలేదుగాని మనం సూయజ్‌కాలువలో ప్రయాణం చేస్తున్నప్పుడు ఆ సమీపంలోనే ఉన్నవి ఇవి అన్నీ. అయితే వీటి బొమ్మలను చూచే ఉంటావు; ఆ బొమ్మలుండే పోస్టు కార్డులు కూడా నీ వద్ద ఉండే ఉంటవి. స్ఫింక్సు అనేది సింహ విగ్రహము; దానిముఖం మాత్రం స్త్రీది. అది చాలా పెద్ద విగ్రహం. దాని నెందుకు నిర్మించారో, దాని భావమేమిటో ఎవరికీ తెలియదు. ఆ స్త్రీ ముఖం చిరునవ్వు నవ్వుచున్నట్లుంటుంది. ఆనవ్వు కర్థమేమిటో తెలియదు. అందుకనే, ఎవరి భావమైనా మనకు కొరుకుడు పడకపోతే వారిని స్ఫింక్సుతో పోలుస్తూ ఉంటాము.

ఈజిప్టురాజులను 'ఫేరో' లంటారు. వారి సమాధులే పిరమిడ్లు. అవి చాలా పెద్ద కట్టడాలు. లండను మ్యూజియములో 'మమ్మీ'లను చూచేవుకాదూ? కొన్ని తైలాలు, సుగంధ ద్రవ్యాలువేసి, చెడిపోకుండా ఉంచిన శవాలనే మమ్మీలంటారు. ఫేరోల శవాల నలా మమ్మీలుగా భద్రం చేసి ఈ పిరమిడ్లలో పాతిపెట్టేవారు.

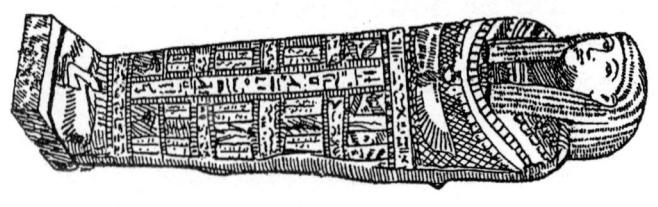

చనిపోయిన ఆ రాజులకు కావలసి వస్తవేమో అని వారి శవాలచెంత వారి ఆభరణాలు, భోజన సామగ్రి, ఇతర పనిముట్లు కూడా ఉంచేవారు. ఆ పిరమిడ్లలో రెండు మూడేళ్ల క్రితం, ట్యూటె ఖామన్ అనే ఫేరో శవం దొరికింది. దానితో కూడా విలువైనవి, అందమైనవి వస్తువు లెన్నో దొరికినవి.

ఈజిప్టులో ఆ కాలపు ప్రజలు పంటకాలువలు, చెరువులు నిర్మించారు. వానిలో మెరిడు అనే పెద్ద చెరువొకటి ప్రసిద్ధి కెక్కింది. ఇటువంటి చెరువులు, కాలువలు, పిరమిడ్ల వంటి పెద్ద కట్టడాలు నిర్మించారంటే ఈజిప్టులో అప్పుడు తెలివైన ఇంజనీర్లు ఉండేవా రన్నమాట.

క్రీటు అనేది మధ్యధరాసముద్రంలో చిన్నలంక. దీనినే 'కాండియా' అంటారు. మనం వెనిస్ నగరం వెళ్లినపుడు ఆ త్రోవకు చేరువలో ఉన్నదది. ఆ లంకలో పూర్వంగొప్ప నాగరికత వెలసింది. అక్కడ 'నోసాస్' అనే పట్టణంలో పాడుపడిన పెద్ద రాజభవనమొకటి ఉంది. ఆ భవనంలో స్నానగృహాలు, నీటిగొట్టాలు కూడా ఉన్నవి. వాటిని చూచి ఈనాటివి కాబోలు ననుకుంటారు తెలియని వాళ్లు. ఇంకా అక్కడ అందమైన మట్టిపాత్రలు, మలచిన విగ్రహాలు,

చిత్రించిన బొమ్మలు, దంతపువీ, లోహపువీ పనిముట్లు - ఇటువంటి వెన్నో ఉన్నవి. ఆ చిన్నలంకలో ప్రజలు పూర్వం సుఖశాంతు లనుభవిస్తూ ఇంతటి అభివృద్ధిని సాధించారు.

'మైడాసు' అనేరాజు కథ విన్నావు కాదూ! ఆతడు ముట్టిన దెల్లా బంగార మయ్యేదట. అతనిచేయి తగిలేసరికి అన్నం కూడా బంగారమై పోయేది. బంగారాన్ని ఎలా తింటాడు? ఆతని దురాశ వల్ల చివరకు బ్రతుకే కష్టమైపోయిందట. ఆరాజు ఈ క్రీటులంకలో వాడే. బంగారంకోసం అందరు అంగలార్చటమే కాని నిజానికి అది అంత ఉపయోగమయింది కాదని చెప్పటానికి ఈ కథ కల్పించారనుకో.

ఈ లంకలోదే మరోకథ కూడా ఉంది, విన్నావో లేదో! సగం ఎద్దూ, సగం మనిషిగా కనిపించే 'మినోటార్' అనే రాక్షసుడు ఉండేవాడట. ప్రజలు తమ బాలురను, బాలికలను ఆ రాక్షసుడికి బలిగా ఇచ్చేవారట. నే నీవరకే చెప్పితినిగా, ప్రజలకు తాము తెలిసికోలేని దానిపట్ల భయం ఏర్పడుతుందనీ, ఆ భయమే మతాలకు కారణమనీ, ఆ భయం వల్లనే అనేక అవివేకపు పనులు చేస్తారు. మినోటారనే ఉత్తుత్తభూతాన్ని వాళ్ళు ఇలా మనసులో కల్పించుకొని, దానికి పిల్లలను బలిగా సమర్పించేవారు.

పూర్వ కాలంలో ఇలా ప్రతిదేశంలోను ప్రజలు దేవుళ్లను, దయ్యాలను కల్పించుకొని వాటి ప్రీతికోసం నరబలులిచ్చేవారు. ఈజిప్టువాసులు తమకు పితృ దేవతయైన నైలునది ప్రీతికోసం ఆడపిల్లలను ఆ నది కర్పించేవారు.

ఇప్పుడు ఎక్కడో తప్ప నరబలులు జరగటం లేదు. కాని దేవతలకు జంతుబలి మట్టుకు ఇంకా సాగుతూనే ఉంది. ఇది ఏమి పూజయో, ఏమి లోకమో!

21

చీనా, ఇండియాలు

మెసపొటేమియా, ఈజిప్టు, క్రీటు ద్వీపాలలో వృద్ధిచెందినట్లే ఆ కాలమందు చీనా, ఇండియా దేశాలలోను గొప్ప నాగరికతలు తమ దారిని వర్ధిల్లినవి.

ఇతర దేశాలలో లాగే చీనాలో గూడ నదులు పారే పల్లపు ప్రదేశాలలోనే ప్రజలు నివాస మేర్పరచు కొన్నారు. వారిని మంగోలియను లంటారు. మొదట కంచుతోను, పిమ్మట ఇనుముతోను వారు చక్కని నావలు నిర్మిస్తూ వచ్చారు. కాలువలు త్రవ్వడం, చక్కని గృహాలు కట్టడమే కాక క్రొత్త రకం వ్రాత ఒకటివారు అలవరచు కొన్నారు. అది మన హిందీ, ఉరుదు వ్రాతలవంటిది కాదు ప్రతి మాటను ఒకొక్క వాక్యాన్ని కూడా వారు ఒక బొమ్మలాగ వ్రాసేవారు. పూర్వం ఈజిప్టు, క్రీటు, బాబిలోనులలోనూ ఇటువంటి బొమ్మల లిపి ఉండేది. దాని నిప్పుడు 'హిరోగ్లిఫికు' లిపి అంటారు. కొన్ని పుస్తకాలలో, మ్యూజియములలో

ఇప్పటికీ ఈ లిపి కనిపిస్తూ ఉంది. ఈజిప్టులోను, పడమటి దేశాలలోను పురాతన భవనాలలోనే ఉన్నదీ లిపి. వారు దీనిని చిరకాలంనాడే మానివేసారు. చైనాలో మాత్రం ఇప్పటికీ ఈ బొమ్మల లిపియే వాడుతున్నారు. హిందీ, ఇంగ్లీషులు లాగా దీనిని ఎడమనుంచి కుడికీ వ్రాయరు; ఉరుదూ లాగ కుడినుంచి ఎడమకూ వ్రాయరు. చీనీయులు ఈ లిపిని పైనుంచి క్రిందికి వ్రాస్తారు.

ఇండియాలో పురాతన భవనాలు ఎన్నో ఇప్పటికీ భూగర్భంలో ఉన్నవి. ఎవరైనా త్రవ్వి చూస్తేతప్ప ఇవి బయట బడవు. ఇలా పాడుపడి, పూడిపోయిన నగరాలు ఉత్తర దిశను చాలా బయట బడినవి. ఆర్యులీదేశానికి రాకపూర్వమే ఇచట ద్రావిడు లుండేవారు అనుకొన్నాము. వారు చాలా నాగరికులు. ఇతర దేశాలతో వారికి వ్యాపారసంబంధం ఉండేది. ఈజిప్టుకు మెసపొటోమియాకు వారు సముద్ర మార్గాన ఎన్నో సరకులు - ముఖ్యంగా బియ్యం, మిరియాలు, ఇళ్లు కట్టుకొనేందుకు టేకుకలపా - ఎగుమతి చేసేవారు. దక్షిణ ఇండియానుంచి పంపిన ఆ కలపతోనే మెసపొటోమియాలో ఉర్ పట్టణంలో అనేక పురాతన భవనాలు నిర్మించారట. అంతేకాదు. ద్రావిడులు ఆ కాలంలో బంగారం, ముత్యాలు, నెమిళ్లు, ఏనుగు దంతాలు, కొండముచ్చులు మొదలైన వాటిని పడమటి దేశాలకు గూడా పంపుతూ ఉండేవారట. దీనిని బట్టి చూస్తే ఆకాలంలో ఇండియాకు ఇతర దేశాలతో చాలా వ్యాపార సంబంధాలు ఉండే వన్నమాట. ఆనాటిప్రజలు నాగరికులని ఇందువల్ల స్పష్టమవుతున్నది.

ఆ కాలాన ఇండియాలోను, చీనాలోను చిన్న చిన్న రాజ్యాలు ఉండేవి. అంతేకాని ఏక ప్రభుత్వం ఉండేది కాదు. ఒక్కొక్క నగరం, దాని చుట్టూ ఉండేపల్లెలూ, నగరరాజ్యాలనే పేరుతో వేర్వేరుగా ఉండేవి. వాటిలో కొన్ని ఆ కాలంలోనే ప్రజారాజ్యాలుగా ఉండేవి. ప్రజలు ఎన్నుకొనే పంచాయితీలే తప్ప రాజులుండే వారు కారు. వేటి కవి స్వతంత్రంగా ఉంటూ ఈ చిన్న రాజ్యాలు, పరస్పరం సాయం చేసికొంటూ ఉండేవి. ఈ చిన్న రాజ్యాలు ఒక్కొక్కప్పుడు మరో పెద్ద రాజ్యాన్ని అనుసరించుకు ఉండడమూ కద్దు.

చీనాలో ఈ చిన్నరాజ్యాలు పోయి పెద్ద రాజ్యం ఒక్కటే ఏర్పడింది. ఆ రోజులలోనే సముద్రతీరంనుంచి, ఉత్తరాన ఉన్న పెద్ద పర్వతాలదాకా *1400* మైళ్ల పొడుగున ఒకటే గోడ నిర్మించారు. *20,30* అడుగుల ఎత్తు, *25* అడుగుల మందం ఉండే ఈ గోడకు మధ్య మధ్య కోటలు, బురుజులు కూడా ఉన్నవి. ఉత్తరం నుంచి శత్రువులు వచ్చిపడకుండా చీనా చక్రవర్తులు కట్టిన ఈ మహాకుడ్యాన్ని మన దేశంలోనే కట్టేరనుకో. అప్పుడది లాహోరు నుంచి దక్షిణాన మదరాసుదాకా- ఇంత పొడుగునా ఉంటుంది. చీనాలో ఆగోడ నేటికీ నిలిచి ఉంది. నువ్వు ఆ దేశం వెళ్లితే చూడవచ్చు.

22
సముద్రయానం, వ్యాపారం

పూర్వ కాలపు ప్రజలలో ఫినీషియనులనే వారి చరిత్ర కూడా వినసొంపుగా ఉంటుంది. యూదులది, అరబ్బులది, వీరిది ఒకటే జాతి. నేటి టర్కీని పూర్వం ఏషియామైన రనేవారు. దాని పడమటి తీరాన ఉండేవారే ఫినీషియన్లు. మధ్య ధరా తీరంలో వీరికి ఏకర్, టైర్, సిడాన్ అనే పెద్ద పెద్ద పట్టణా లుండేవి. వ్యాపారం కోసం వీరు సముద్రాలపై బహుదూరం తిరిగేవారు. మధ్యధరా సముద్రమంతటా తిరిగి, ఇంగ్లండు వరకు వెళ్లేరు. ఇండియాకు కూడా వచ్చే ఉంటారు.

సముద్రయానం, వ్యాపారం – అనే ఈ రెండూ కొత్త పనులు. ఇవి ఒకదాని కొకటి సహాయమైనవి. ఇప్పటిలాగ ఆ కాలంలో ఓడలు, స్టీమర్లు ఉండేవి కావుగా. అందుకని పెద్ద పెద్ద చెట్లబోదెలు తొలిచి, తెడ్లతో నడపికొంటూ పోయేవారు. గాలివాటానికి తెరచాపలు కట్టేవాళ్లు. ఈ దోనెలమీద సముద్రంలో పోవడమంటే ఎంత వింతో ఆలోచించు. మన అరేబియా సముద్రంలో అటువంటి దోనెమీద తెడ్లతో, తెరచాపతో బయలుదేరితే ఎలా ఉంటుందంటావు! దానిలో అటు ఇటు మెసలే చోటే ఉండదు. ఏమాత్రం గాలివిసరినా అది బుడుంగున మునిగి సముద్రంపాలు కావడమేగా! అటు వంటి దోనెలలో సముద్రాలు దాటేరంటే

ఆ నాటివాళ్లు ఎంతటి ధైర్యశాలులో! అడుగడుగునా గండమే కదా! నెలల తరబడి ఒక్కొక్కప్పుడు మెట్టనేల దొరకక పోవచ్చు. వెంట తీసుకపోయిన తిండి అయిపోతే చేపలనో, పిట్టలనో పట్టుక తినాలే కాని వేరే ఆస్కారం ఉండదు కూడాను. అటువంటి సముద్రయానం సాహసులకే తగును. ఆ కాలంలో సముద్రాలపై జరిగిన సాహసగాథ లెన్నో నేటికీ చెప్పుకొంటూ ఉంటారు.

ఇంతటి అపాయంతో కూడిన సముద్ర యానానికి ఆ కాలంలో ధనాశచే కొందరు, సాహస కార్యములందు మక్కువచే కొందరు తెగించేవారు. సరుకులతో సముద్రాలు దాటి వ్యాపారం చేస్తే ధనం లభిస్తుందాయె.

ఈ వ్యాపార మనేది ఏమిటో, ఎలా పుట్టిందో ఆలోచించావూ? ఇపుడు మన కేదైనావస్తువు కావలసివస్తే పెద్ద పెద్ద అంగళ్లకు వెళ్లి కొనుక్కుంటాము కదా. అంగళ్లలోకి ఆ సరుకు ఎలా వచ్చిందీ? అలహాబాదు అంగట్లో నువ్వు ఒక శాలువ కొన్నావనుకో. అది కాశ్మీరంలో బయలు దేరి వచ్చింది. దానిని కాశ్మీరులోనో, లడక్‌లోనో ఉండే గొఱ్ఱెలత్రుప్పుడుతో నేస్తారు. నువ్వు పళ్లుతోముకొనే జిగురు అంగట్లో కొంటావు. అది అమెరికాలో తయారై ఓడల మీద, రైళ్లమీద ఇచటికి వచ్చి చేరింది. ఆలాగే మరి కొన్ని వస్తువులు జపానునుంచో, చీనానుంచో, పారిసు, లండన్లనుంచో వస్తున్నవి. మనం బజార్లో కొనే విలాతిగుడ్డ సంగతే చూడు! ముందు మనదేశంలో పండిన పత్తి ఇంగ్లండు వెళ్లుతుంది. అక్కడ మిల్లులో దానిని బాగుచేసి, నూలుగా వడికి, బట్టగా నేస్తారు. ఆ వస్త్రమే తిరిగి మన దేశం అమ్మకానికి వస్తున్నది. ఇక్కడ పుట్టిన పత్తి వస్త్రమైవచ్చేసరికి అటు ఇటు ఎన్నివేలమైళ్ళు ప్రయాణం చేసిందో, ఆ ప్రయాణాలకు ఎంతసొమ్ము , కాలమూ వ్యర్థంగా ఖర్చయిందో ఆలోచించు. ఆ పత్తిని ఇక్కడే వస్త్రముగా తయారు చేసి కొంటే ఎంతబాగుండును? ఖర్చు తగ్గుతుంది; కాలమూ కలిసి వస్తుంది. మనం ఖద్దరు బట్టలు వాడుకొంటామే కాని విలాయితి గుడ్డలు కొనం, ఎరుగుదువుగా. సాధ్యమైనంత వరకు మనదేశంలో తయారైన సరుకులుకొని వాడుకోవడమే మంచిది. ఖద్దరు మొదలైన ఆ సరుకు లిచట తయారుచేసే పేదవాళ్లకు నాలుగు డబ్బులు మనం ముట్టజెప్పి నట్లవుతుంది.

వ్యాపారంలో ఈనాడు ఇన్ని లాయిలాసాలు ఉన్నవి. నిత్యము ఓడలు ఓ దేశంనుంచి మరోదేశానికి సరుకులు చేరవేస్తూనే ఉంటవి. పూర్వం ఇలా ఉండేది కాదు.

వెనుకటి కాలంలో ఇంతటి భారీవ్యాపారం ఉండేది కాదు. ఆ నాటివాళ్ళు తమకు ఏది కావలసినా, స్వయంగా చేసుకొనేవారు; లేదా, తామే తెచ్చుకొనేవారు. అప్పుడిన్ని అవసరాలూ ఉండేవి కావు. ఆనాటి కులములలో పనిపంపుళ్ళు, వృత్తి విభజనా ఉండేది కనుక ప్రతిపనికి వేర్వేరు తెగలుండేవి. ఒక కులంవాళ్లు ఒకానొక వస్తువును అధికంగా తయారుచేస్తే, మరొకళ్లు మరో వస్తువును చేయడం కూడా ఉండేది. వాళ్లూ వీళ్లూ ఆ వస్తువులను మార్చుకొనేవారు. ఒకళ్ళు ఆవునిస్తే ఇంకొకళ్ళు దానికి బదులు ధాన్యమిచ్చేవాళ్ళు. ఇలా వస్తువుల మార్పిడే తప్ప ఆ కాలాన ధనమిచ్చి కొనడమంటూ ఉండేది కాదు. అయితే, ఈ వస్తువుల మార్పిడి ప్రయాసతో కూడిన పని. ఒక ఆవును తీసుకవెళ్లి, ధాన్యపు మూటనో, రెండు గొఱ్ఱెలనో తెచ్చుకోవాలంటే కష్టమే కదా. అయినా, వ్యాపారం మట్టుకు సాగుతూనే ఉండేది.

వెండి బంగారాలు వచ్చిన తరువాత ఈ వస్తువుల మార్పిడి తగ్గిపోయింది. వస్తువులకు విలువకట్టి, వెండి బంగారాలు చెల్లించటం సులభమైనపని. ఈ

ఉపాయం మొదట్లో ఏ బుద్ధిశాలి కనిపెట్టేడో కాని దీనివల్ల వ్యాపారానికి సులువు ఏర్పడింది. అప్పటికి, నేటి నాణెములు ఇంకా పుట్టలేదు గనుక వెండిని, బంగారాన్ని త్రాసుతో తూచి ఇస్తూ ఉండేవారు. నాణెములు కూడా వచ్చిన తరువాత వ్యాపారము మరీ సులభమైపోయింది. నాణెముల విలువ అందరికీ తెలిసిందే కనుక ఇప్పుడిక తూకంతో పనిలేదు. ఇది అంతా బాగానే ఉంది; కాని ఈ ధనమనేది వస్తువు లిచ్చి పుచ్చుకోడానికి సాధనమే తప్ప అంతకంటె అధికం కాదనేమాట మనం జ్ఞాపకం ఉంచుకోవాలి. ఇల్లూ, ఒళ్లూ కూడా బంగారమైన మైడాసు కథ విన్నావుగా! అంత బంగారం ఉండి తిండిలేక మాడిపోయినాడు. కనుక వస్తువులు కొనుక్కోవడానికి మాత్రమే అక్కరకు వస్తుంది బంగారం.

ఇప్పటికీ కొన్ని పల్లెటూళ్లలో వస్తువులు మార్పిడే తప్ప డబ్బిచ్చి కొనడమంటూ లేదు. మొత్తంమీద డబ్బు చెలామణి విరివిగా పెరిగిపోయింది. కొందరు అవివేకులు ధనాన్ని ఊరకే ప్రోగుచేసి, దాచుకుంటారు – అదేమో ఉద్ధరిస్తుందని. ధనం అనేది అసలు ఎందుకు పుట్టిందో, దాని ప్రయోజన మేమిటో తెలిసిన వాళ్ళు ఆ పని చేయరు.

23

భాష, లిపి, అంకెలు

భాషలూ, వాటి పరస్పర సంబంధాన్నీ గురించి ఈ వరకు చెప్పేను. అసలు భాషలెలా పుట్టినవో ఇప్పుడు ఆలోచింతాము. జంతువులలో కూడా కొన్నిటికి ఏదో భాష ఉన్నట్లు కనిపిస్తుంది. కోతులు చేసే ధ్వనులకు అర్థం ఉంటుందంటారు. భయం కలిగినప్పుడు కొన్ని జంతువులు తమ గుంపును హెచ్చరిస్తూ కొన్ని ధ్వనులు చేస్తూ ఉండడం కద్దు.

మనుష్యుల భాషకూడా ఇలాగే ఆరంభమై ఉంటుంది. భయం కలిగినపుడు ఇతరులను హెచ్చరించడానికి మొదట్లో ఏవో ధ్వనులు చేస్తూ ఉండేవారు. పదిమంది కలిసి పనిపాట్లు చేసే వేళలలో ఉత్సాహం కొరకు మరికొన్ని ధ్వనులు చేయడం అలవాటయింది. పదిమంది కూడి బరువు లెత్తేటప్పుడు, లాగేటప్పుడు అరుస్తూ ఉంటారు, వినలేదూ? ఈ అరపుల వల్ల కొంత బరువు తగ్గినట్లుంటుంది వాళ్లకు. మానవుల భాషకు ఈ అరపులే మొదలు.

తరువాత నీరు, నిప్పు, గుఱ్ఱం, ఎలుగు ఇటువంటి చిన్న చిన్న మాటలు వాడడం ఆరంభించారు. వట్టి నామవాచకాలే తప్ప క్రియాపదాలుండేవి కావని తోస్తుంది. ఒకనికి ఎలుగు కనిపిస్తే, 'ఎలుగు' అని మాత్రం చెప్పి. పసిపిల్లలాగ అభినయిస్తూ చూపెట్టేవాడేమో? ఇంతకంటె అధికంగా సంభాషణ లుండటం కష్టం ఆ మొదట్లో.

క్రమంగా చిన్నవి, పెద్దవీ వాక్యాలు అలవాటైనవి. అన్ని రకాల ప్రజలూ ఒకే భాష మాట్లాడేవారు కారు. అయినా, అప్పటికి ఇన్ని భాషలు పుట్టి ఉండవు. ఒక్కొక్క భాషే అనేక శాఖలుగా తరువాత చీలిపోయిందని చెప్పనే చెప్పేను.

నాగరికతలు వెలసేనాటికి భాషలుకూడా వృద్ధి పొందినవి. పాటలు బయలుదేరినవి. కవులు, గాయకులు వాటిని పాడుతూ ఉండేవారు. వ్రాత కోతలు ఇంకా బాగా వృద్ధి పొందలేదు గనుక అప్పట్లో ఎక్కువగా కంఠోపాఠం చేసేవారు. పద్యాలు, పాటలు జ్ఞాపకం ఉంచుకోవడం సులభం కనుక అప్పటి నాగరిక ప్రజల్లో వాటికే ప్రచారం అధికంగా ఉండేది.

ఆ కాలంలో కులాలమధ్య పోరాటా లెక్కువగా ఉండేవి. కాబట్టి ఆ యుద్ధాల్లో ధైర్యంగా పోరాడిన వీరుల గాథలు చెప్పుకొంటూ ఉండేవారు. కవులు, గాయకులు ఆ వీర గాథలనే గానం చేసేవారు.

ఈ భాషలకు లిపి పుట్టడం కూడా వింతగానే పుట్టింది. చీనా ప్రజల బొమ్మల లిపిని గూర్చి చెప్పేనుగా. లిపులు అన్నీ బొమ్మలుగానే ఆరంభమై ఉంటవి. నెమలిని గూర్చి ఏదైనా చెప్పవలసివస్తే ఆ నెమలి బొమ్మను వ్రాసే వాళ్ళు. ఇలా బొమ్మలతో వ్రాత అంతగా సాగదు. ఆ బొమ్మలు క్రమంగా తగ్గిపోయి, వాటి బదులు అక్షరాలు వచ్చినవి. సులభంగాను, తొందరగాను వ్రాయడానికి వీలు ఏర్పడింది.

అంకెలను మొదట్లో ఎవరు సృష్టించారో కాని ఆతడు గొప్ప బుద్ధిశాలి అయి ఉండాలి. అంకెలే లేకుంటే వస్తువులను లెక్క పెట్టడం ఎలా? అవి లేకపోతే ఏ వ్యవహారమూ నడవదు. యూరపులో మొదట I II III IV V VI VII VIII IX X అంటూ ఇలా రోమన్ అంకెలు వాడేవారు. ఇవి అందంగానూ ఉండవు. వీటిని వ్రాయడమూ కష్టమే. ఇప్పుడు అన్ని దేశాలవారూ 1, 2, 3, 4, 5, 6, 7, 8, 9, 10 అంటూ వాడుతున్న అరేబికు అంకెలు బాగుంటున్నవి. యూరపు ప్రజలు మొదట్లో ఈ అంకెలను అరేబియానుండి నేర్చుకోవడం వల్ల వాటి కీ పేరు వచ్చింది. నిజానికి అరబ్బులు ఇండియా నుంచి నేర్చుకున్నా రీ అంకెలు. కనుక వీటిని ఇండియా అంకెలనాలి.

అన్నట్లు, నేను అరబ్బులను గూర్చి చెప్పకుండానే ముందుకు సాగిపోతున్నాను.

24

ప్రజల వృత్తి భేదాలు

నేడు పిన్నలు, పెద్దలు దేశ చరిత్రను అదో విధంగా చదువుకొంటున్నారు. ఎంతసేపూ రాజుల పేర్లు, యుద్ధాలు జరిగిన తేదీలు - ఇటువంటివే వారు నేర్చుకొంటున్నది. నిజానికి చరిత్ర అంటే ఈ రాజులు, సేనాపతులు వారి యుద్ధాలు ఇంతేనా? దేశంలో ప్రజ లెటువంటి వారో, ఎలా జీవించే వారో, వాళ్ల కష్టసుఖా లెటువంటివో, వాళ్ల ఆలోచనలు ఎట్టివో, వాళ్ళు కష్టాల నెట్లా గడచి గట్టెక్కారో - ఇదీ చరిత్ర అంటే. ఇలా వెనుకటి వాళ్ల అనుభవాలు తెలుసుకోవడం వల్ల ఈ కాలపు వాళ్లకు ప్రయోజనం ఉంటుంది. పూర్వకాలపు వాళ్ళు తాము చేసిన పనులవల్ల అభివృద్ధినే సాధించారో, క్షీణించే పోయారో మనకు తెలిసివస్తుంది.

వెనుకటి కాలంలో ఉండే మహనీయుల చరిత్ర మనం తెలుసుకోవలసిందే గాని ఇతర సామాన్య ప్రజల స్థితి గతులు కూడా గ్రహించవలసి ఉంటుంది.

నీ కిప్పటికి చాలా జాబులు వ్రాసేను. ఇది ఇరవైనాలుగోది. ఇంతవరకు మనం ఆలోచించిన పురాతన కాలాన్ని గురించి మనకు స్పష్టంగా ఏమీ తెలియదు. కాబట్టి ఇది అంతా చరిత్ర అనిపించుకోదు; దాని పుట్టుపూర్వోత్తరాలు, ఆనుపానులు మాత్రమే. మనకు ఎక్కువగా తెలిసిన అసలు చరిత్ర ఇంకా ముందు రాబోతుంది. కాబట్టి ఈ పూర్వ నాగరికాల కథ ముగించే ముందు ఒకసారి వెనక్కు తిరిగి చూచి అప్పటి ప్రజలలో భేదాలను గమనించుదాము.

అప్పటి ప్రజలలో వేర్వేరు వృత్తులు చేసేవారు ఏర్పడ్డారనుకొన్నాము. కులపతులు, వారికుటుంబము వేరుగా ఉంటూ తక్కినవాళ్లచే పని పాటులు చేయిస్తూ ఉండేవారు. ఈ కారణంచే ఇతరులకంటె వారికి ఆధిక్యం ఏర్పడింది. కాబట్టి ప్రజలలో పని చేసేవాళ్ళు కొందరు, చేయించే వాళ్లు కొందరు - ఇలా రెండు తెగలు బయలుదేరినవి. పని చేయించే వారికి ఎక్కువ అధికారం సంక్రమించింది. ఆ అధికారం కొద్దీ, ఇతరుల కష్టం వల్ల కలిగే ఫలితాన్ని వారు ఎక్కువగా పొంది, సుఖం అనుభవిస్తూ ఉండటం తటస్థించింది.

వృత్తి విభజనం ఎక్కువైన కొద్దీ వేర్వేరు తెగలు అధికమౌతూ వచ్చినవి. రాజూ, అతని కుటుంబమూ, బందువులూ - వీరందరిదీ ఒక తెగ. దేశాన్ని పరిపాలించటం, యుద్ధాలు చేయటం ఇంతకుమించి ఆ తెగ ఇతర పనులు చేయడమంటూ ఉండేది కాదు.

దేవుడి గుడిలో పూజారులూ, ఇతర పరివారమూ - ఇది ఒక తెగ. ఈ తెగకు కూడా ఆధిక్యం ఉండేది. ఆ సంగతి తరువాత ఆలోచించు కొందాము.

వర్తకం చేసేవారిది మూడోతెగ. సరుకులు కొనడం, అమ్మటం, వాటి ఎగుమతి దిగుమతులు, అంగళ్లు పెట్టడం - ఇదీ వీరిపని.

తరువాత గుడ్డలు నేసేవారు, కుమ్మరం, కమ్మరం, కంచరం మొదలైన చేతిపనులవారు - వీరందరిదీ నాలుగోతెగ. వీ రెక్కువగా పట్టణాల్లోనూ, వాటి సమీపంలోనూ ఉండేవారు. కొందరు పల్లెల్లోను ఉండేవారు.

పల్లెలలో పొలంపాటు, పట్టణాల్లో కాయకష్టముచేసే కర్షకులు, కార్మికులది చిట్టచివరి తెగ. వీరికి మందిబలం ఎక్కువగా ఉన్నా తక్కిన తెగలవాళ్లు వీరి కష్టఫలాన్ని కొంచెమో, గొప్పో అనుభవిస్తూ ఉండేవారు.

25

రాజులు, గుళ్లు, పూజారులు

ప్రజలలో ఐదు వేర్వేరు తెగలు ఏర్పడినవని చెప్పేను కాదూ? వారిలో కర్షకులు, కార్మికులది మందిబలం గల పెద్ద తెగ. భూమిని దున్ని, పంటలు పండించడం కర్షకుల వంతు, వీరీపని చేయక, ఇతరులకు కూడా ఆ జోలి పట్టకపోతే ప్రజలకు తిండి కరవై పోతుంది. కనుక కర్షక వృత్తి ప్రధానమైనదని చెప్పాలి. కార్మికులు పొలం పాటులోనూ, పట్టణాల్లోనూ ఎక్కువ సహాయ భూతులుగా ఉంటారు. ఇలా అతి ప్రధానమైన పనులు నిర్వహించే వీరు లేకుంటే ఎవ్వరికీ గడవనిమాట నిజం. అయినా వీరి కాయకష్టం వీరికి దక్కకుండా పోతుంది. ఆ కష్ట ఫలితం ఎక్కువగా అనుభవించేది రాజులు, రాజ బంధువులు వారి పరివారమూను.

ఈ రాజులకు, వారి తెగకు ఎక్కువ అధికారాలు సంక్రమించినవని చెప్పాను కాదూ? పూర్వం కులాని కంతటికి ఉమ్మడి సొత్తుగా ఉండే భూమిని రాజులు, తమ అధికారం పెరిగిన కొద్దీ, తమది అని ఆకట్టు కొన్నారు. రాజులే భూమికంతటికి అధిపతులైనారు. పొలంలో పాటుపడే రైతులు ఆ రాజులకు

సేవకమాత్రులైనారు. రైతులు పండించిన పంటను పాళ్లుచేసి, రాజులు తాము పెద్దపాలు తీసుకోసాగించారు.

దేవాలయాలకు గూడ కొంత భూమిపై ఆధిపత్యం ఉండేది.

ఈ దేవాలయాలు, పూజారులు ఎలా బైలుదేరేరో ఆలోచించుదాము. పూర్వం ఆటవికులుగా ఉండే ప్రజలు తమకు తెలియని ప్రతిదాన్నీ చూచి భయపడే వారని చెప్పేను. నదులు, కొండలు, సూర్యుడు, చెట్లు, మృగాలు - ఇవన్నీ వారికి భయకారణాలే గనుక వాటి అన్నింటిలో దేవతలో, దెయ్యాలో ఉన్నవి అనుకొన్నారు. ఆ దేవతలు తమ్ము శిక్షిస్తారనుకొనేవారు. ఆ దేవతలకు కూడా తమకున్నట్లు క్రౌర్యము, కాఠిన్యం ఉంటుందనుకొని వారి ప్రీతి కోసం బలులు సమర్పించే వారు.

ఆ దేవతలకు గుళ్లు వెలసినవి. ఆ గుళ్లలో గర్భగుడి ఏర్పరచి, అచట ఆ దేవతల విగ్రహాలను ఉంచి పూజించనారంభించారు. కంటి యెదుట ఏమీ ఉండకపోతే పూజించటం కష్టం కనుక ఆలా విగ్రహాలు కల్పించారు. పిల్లలను చూడు! వాళ్లు కళ్లతో చూడని దాన్ని గురించి ఆలోచించ లేరు. ఆలాగే పూర్వ ప్రజలు కూడా పిల్లలవంటి వాళ్లు గనుక పూజకోసం కళ్ల యెదుట విగ్రహాలు

నిలిపి కొన్నారు. కాని, ఈ విగ్రహాలు సగం మనిషీ, సగం జంతువు - ఇలా వికారంగా ఉంటవి. ఈజిప్టులో కొన్నాళ్లు కోతి విగ్రహాన్ని, కొన్నాళ్లు పిల్లి విగ్రహాన్ని పూజించేవారు. ప్రజలు ఇటువంటి వికార రూపాలను, జంతు రూపాలను ఎందుకు పూజిస్తారో ఊహించలేము. విగ్రహమే కావలిస్తే దానిని అందంగా కల్పించుకోవచ్చునుగా! దేవతలు భయంకరులు కనుక వారికి అటువంటి భయంకర మూర్తులను కల్పించారేమో అనుకోవాలి.

ఇప్పుడు మనం దేవుడు ఒక్కడే అనుకొంటున్నాము. పూర్వం అలా కాదు. ఆడా, మగా దేవతలు ఎందరో ఉన్నట్లు, వారిలో వారికి విరోధాలున్నట్లు పూర్వులు ఊహించుకొన్నారు. అంతేకాదు. దేశాని కోదేవుడు, పట్నాని కో దేవుడూ చొప్పున ఎందరో దేవుళ్లు వేర్వేరుగా ఉండే వారు.

గుళ్లన్నీ పూజారులు, పూజారిణులతో నిండి ఉండేవి. పూజారులకు చదువు సంధ్యలుండేవి. కనుక ఇతరులకంటె వారికి తెలివి తేట లెక్కువ. అందువల్ల వారు రాజులకు గురువులైనారు. పూర్వం గ్రంథాలు రచించడం, వాటికి ప్రతులు వ్రాయడం - ఈ పని పూజారులకే చేత నవును కనుక వారిని గొప్ప జ్ఞానులుగా ప్రజలు ఎంచుకొనే వారు. వారికి వైద్యం కూడా తెలిసి ఉండేది. ప్రజలకు తమ ప్రభావం చూపెట్టడం కొరకు ఈ పూజారులు కొన్ని తంత్రాలు చేసేవారు. అమాయికులైన ప్రజలు పూజారుల ఇంద్రజాలం చూచి వారిలో ఏదో మహత్తు ఉందని భయపడేవారు.

ఈ పూజారులు ప్రజలతో కలసి మెలసి ఉండేవారు. ప్రజలకు కష్టాలు, ఆపదలు వచ్చినపుడు పూజారుల విజ్ఞానం ప్రజలను ఆదుకొంటూ ఉండేది. ఈ పూజారులే పండుగలు, పబ్బాలు జరిపిస్తూ ఉండేవారు. ఆకాలపు ప్రజలకు పంచాంగాలు లేవు కనుక ఈ పండుగలను బట్టే కాలాన్ని లెక్క కట్టుకొనేవారు.

ఈ పూజారులు ప్రజల నొక్కకపుడు తప్పుదారిని బెట్టి వంచించినా, మొత్తంమీద ప్రజల అక్కరలు గడపుతూ, పురోగమనానికి హేతువైనమాట వాస్తవం.

ప్రజలు క్రొత్తగా పల్లెలు, పట్టణాలు కట్టుకొన్నపుడు అచట పూజారులే పరిపాలకులుగా ఉంటూ వచ్చారు. కొంత కాలానికి వీరులైన రాజులు వచ్చి వీరిని దింపి, తాము పాలకులైనారు. ఈజిప్టులో ఫారోలలాగ కొన్ని దేశాల్లో రాజుగాను, పూజారిగాను ఒకరే ఉండడం కద్దు. ఫారోలు దేవతాంశ వల్ల పుట్టినట్లు ప్రజలు నమ్మి వారిపట్ల భక్తితో నడచుకొనేవారు. చనిపోయిన పిమ్మట దేవుణ్ణి పూజించినట్లు ఫారోలను పూజించే వారు.

26

సింహావలోకనం

ఈ జాబులతో నీకు విసుగెత్తిందేమో. పోనీ, కొన్నాళ్ళదాకా క్రొత్తసంగతులేమీ వ్రాయనుగాని ఇంత వరకు చెప్పినసంగతులను ఒకసారి వెనకకు తిరిగి చూచుకుందాము. సూర్యగోళంనుంచి ఒకముక్క విడివడి, ఈ భూమి ఏర్పడినప్పటినుంచి గడచిన కోట్లకొలది సంవత్సరాల కథ ఈ జాబులలో చరచరా నడచిపోయింది. సూర్యునినుండి మొదట్లో ఈ భూమి విడివడి క్రమంగా చల్లపడింది. దీని నుంచి ఒక ముక్క తెగి, అదే చంద్రుడయింది. కొన్ని యుగాలదాకా భూమిపై ప్రాణులు బయలుదేరనేలేదు. కోట్ల కొలది ఏళ్లు - కోటిఏళ్లంటే ఎంత దీర్ఘకాలమో ఊహించుకోగలవూ నువ్వు? - గడవగా గడవగా, నెమ్మదిగా ప్రాణం అవతరించింది. నీకు పదేళ్లు నిండినవో, లేదో అప్పుడే ఇంత ఏపుగా పెరిగి, ముద్దరాల వైనావు. నూరేళ్లంటేనే నీకు చాలా గొప్ప. ఇక వెయ్యేళ్లంటేనో! మరి పదివేలు, లక్షలు, కోట్ల సంవత్సరాలంటేనో! అమ్మో! అంతుమాలిన ఈ కాలాన్ని మన చిన్న బుఱ్ఱలు ఊహించుకోగలవా? ఇటువంటి అల్పులం మనం, చాలా అధికులమనుకొని, ప్రతి చిన్న విషయానికి చీకాకుచెందుతూ ఉంటామే! అంతులేని ఈ సృష్టితో పోల్చి చూచుకుంటే మనము, మన కష్టాలూ ఒక లెక్కలోనివా, జమలోనివా? ఈమహాయుగాల దీర్ఘకథ మనం ఏకొంచెమో తెలుసుకొంటే మన అల్పపు బ్రదుకులను గురించిన చీకు చింతలు మనం అంతగా పట్టించుకోము.

ఈ భూమిపై జీవమనేదే లేకుండా అనేకయుగాలు గడచినవి. ఆ మీద కొన్ని యుగాలదాకా సముద్రప్రాణులు మాత్రమే ఉండేవి. ఇంకా మనిషి అనే మాటే లేని అతి దీర్ఘకాలం వరకు జంతువులు వాటి ఇచ్ఛవచ్చినట్లు తిరుగుతూ ఉండేవి - మనిషి తమ్ము చంపుతాడేమో అనే భయం లేకుండా. తీరా, మనిషి అంటూ పుట్టేదన్నమాటే కాని ఇతర జంతువులముందు అల్పుడుగానే ఉండేవాడు.

క్రమంగా వేలాదిసంవత్సరాలు గడచినమీదట మనుష్యుడు బలము, తెలివీ సంపాదించుకొని జంతుకోటి కంతటికి ప్రభువైనాడు. తక్కిన జంతువులచేత కనుసన్నలతో పనులు గొంటున్నాడు.

తరువాత మానవులు ఎలా నాగరికం నేర్చుకొన్నారో చూచాము. ఆ నాగరికత లింకా ఎలా వృద్ధి పొందిందీ తరువాత చెప్పుకొందాము. ఇక నుంచి లక్షలాది ఏళ్ల చరిత్ర మనం తడవనక్కరలేదు. నాలుగైదువేల ఏళ్ల కథమాత్రం ఇంకా మిగిలిఉంది. అంతకుముందు గడచిన లక్షలాది ఏళ్లన్నీ ఒక ఎత్తూ, ఈ నాలుగైదువేల యేళ్లూ ఒక ఎత్తూను. ఈ కాలపు చరిత్ర మనకు ఎక్కువగా తెలుసును. మానవుడు సాధించిన ఘనకార్యాలు, ఆతని నిజమైన చరిత్రా ఈ నాలుగైదువేల యేళ్లలోనే నడచినవి. ఈ చరిత్రఅంతా నువ్వు పెద్దదానవైన పిమ్మట వివరంగా చదువుకొందువుగాని. ఈ లోపల ఈ మన చిన్న మానవలోకంలో ఏమి జరిగిందీ టూకీగా చెపుతాను.

27

జీవుల ఆనవాళ్లు, శిథిలాలు

వెనుకటి జాబులలో చెప్పిన విశేషాలను నెమరుకు తెస్తూ నీకు జాబువ్రాసి చాలాకాలమయింది. ఆదికాలపు చేపల ఆనవాళ్ళు తెలిపే బొమ్మలకార్డులు నీకు పంపేను. ఆ ఆనవాళ్లనే ఫాసిల్లు అంటారు. మసోరీలో మనం కలిసి కొన్నప్పుడు ఇంకాకొన్ని ఫాసిల్లబొమ్మలు చూపెట్టేను. వీటినిబట్టి నీకు ఫాసిల్లంటే ఎటువంటివో కొంత తెలుస్తుంది.

సరీసృపాల ఆనవాళ్లు నువ్వు చూచేవు, జ్ఞాపకమున్నదా? నేలమీదప్రాకే పాములు, మొసళ్లు, బల్లులు, తాబేళ్లవంటి జీవాలే సరీసృపాలంటే. పూర్వకాలపు సరీసృపాలు, నేటివీ - జాతికి ఒకటే అయినా - వెనుకటివి కొంచెం భేదంగా, చాలా పెద్దవిగా ఉండేవి. సౌతుకెన్సింగ్టను మ్యూజియములో 30, 40 అడుగుల పొడవున్న పెద్ద సరీసృపాన్ని చూచాము. మనిషి అంత పెద్దకప్పలు, తాబేళ్లుకూడా ఉండేవి పూర్వం. పెద్ద పెద్ద గబ్బిలాలు తిరుగుతూ ఉండేవప్పుడు. ఇగనొడాడ్ అనే పెద్దజంతువొకటి ఉండేది. వెనుకకాళ్ల మీద నిలిస్తే చిన్న చెట్టంత ఎత్తు ఉంటుందది.

పూర్వకాలపు చెట్ల ఫాసిల్లు కూడా నువ్వు చూచేవు. ఆ కాలము పొదలు, మట్టలు, ఆకుల ఆనవాళ్ళు రాళ్లలో ఎంతో చక్కగా నిలిచి ఉన్నవి.

సరీసృపాల పిమ్మట సస్తన జంతువులు, అంటే, పిల్లలను పాలిచ్చి పెంచే జంతువులు బయలు దేరినవి. మనమూ, మనచుట్టూ ఉన్న అనేక జంతువులూ సస్తనాలే. వెనుకటివి కొంచెం పెద్దవిగా ఉండే వన్నమాటేగాని నేటి సస్తనాలకు, వాటికి అంతగా తేడా కనిపించదు. పెద్ద పెద్ద దంతాల ఏనుగులు, పెద్ద ఎలుగులు ఉండేవి పూర్వం.

పూర్వకాలపు మనుష్యుల ఫాసిల్లు నువ్వుచూచే ఉన్నావు. వట్టి పుఱ్ఱెలు, ఎముకలే తప్ప ఆ ఆనవాళ్లలో విశేషమేమీ లేదు. ఆ కాలపు ప్రజలు వాడుకొనే రాతిపనిముట్లు మాత్రం చూడదగినవి.

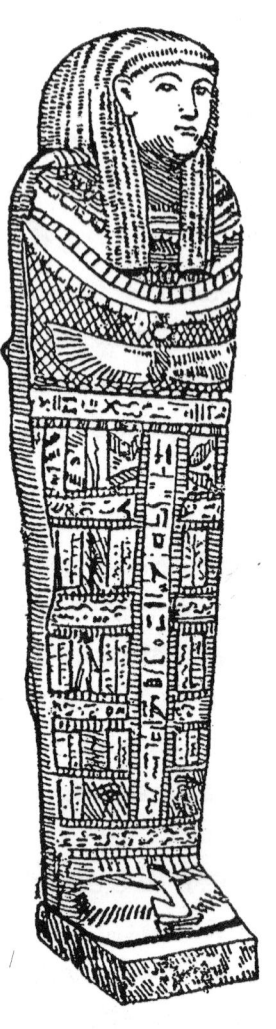

ఈజిప్టు సమాధులవీ, మమ్మీలవీ బొమ్మలు కూడా నీకు చూపించేను, వానిలో కొన్ని అందమైనవి వున్నవి. శవపేటికలపై రంగులతో చిత్రించిన కథలు, థీబ్సు నగరంలో ఉన్న ఈజిప్టు సమాధుల కుడ్యచిత్రాలు కూడా చూడ ముచ్చటగా ఉన్నవి.

థీబ్సులో పాడుపడి ఉన్న రాజ మందిరాలవీ, దేవాలయాలవీ బొమ్మలు కూడా నువ్వు చూచేవు. పెద్ద పెద్ద స్తంభాలతో ఉండే ఆ మందిరాలు చూస్తే కళ్లు తిరిగి పోతవి. థీబ్సు దగ్గరనే మెమ్మాను విగ్రహ మొకటి మింటి పొడవున ఉన్నది. దీనినే కొలసన్ అంటారు.

ఉత్తరపు ఈజిప్టులో కార్నాకు నగరంలో పాడుపడిన ఆలయాలు, రాజ మందిరాలు ఉన్నవి. వాటిని చూస్తే పూర్వపు ఈజిప్టు ప్రజల మందిర నిర్మాణ కౌశలం తెలుస్తుంది. అంతంత నిర్మాణాలు చేసిన వారు ఎంత గొప్పశిల్పులో!

వెనుకటి కథ అంతా పారజూడటమయింది కనుక ఈ సారి జాబులో తరువాతి కథ మొదలు పెట్టుతాను.

28

ఇండియాకు ఆర్యుల రాక

ఇంతవరకు మనం పురాతన కాలాన్ని గురించి చెప్పికొన్నాము. తరువాతి కాలంలో మానవుడు ఎలా అభివృద్ధి చెందేడో, ఏమేమి చేసేడో ఇక విచారించుదాము. పురాతన కాలాన్ని గురించి మనకు స్పష్టంగా తెలియదు కనుక మనం చెప్పుకొన్నది చరిత్ర అనిపించుకోదు. ఇపుడు మనం చరిత్ర గ్రంథం మొదటికి చేరుకొన్నాము.

ముందు మన దేశంలో ఏమి జరిగిందో చూద్దాము. ఈజిప్టులోలాగే ఇండియాలో కూడా పూర్వం గొప్ప నాగరికం ఉండేదని చెప్పు కొన్నాము. వ్యాపారం విరివిగా జరిగేదనీ, ఈజిప్టు మెసపొటేమియా మొదలైన దేశాలకు ఓడల్లో సరకులు పంపేవారని చెప్పు కొన్నాము. అప్పుడీ దేశంలో ద్రావిడులుండేవారు. ఇప్పుడు దక్షిణాన మద్రాసు ప్రాంతాన ఉంటున్నది ఆ ద్రావిడ జాతీయులే.

అంతవరకు మధ్య ఏషియాలో ఉంటూ వచ్చిన ఆర్య సంతతికి అచట తిండి సరిపోక ఇతర ప్రాంతాలకు తరలిపోవడం మొదలు పెట్టారు. వారిలో కొందరు మనదేశం మీదికి కాశ్మీరంగుండా ఎత్తి వచ్చారు. కొందరు పర్షియాకు, గ్రీసుకు, ఇంకా పడమటి దిక్కుకు ఎత్తి వెళ్లేరు.

ఆర్యులది గొప్ప వీరజాతి కావడం వల్ల వారి ధాకకు ద్రావిడులు నిలువలేక పోయినారు. తెరలు తెరలుగా వచ్చి పడుతున్న ఆర్యసంతతిని మొదట్లో ద్రావిడులు కొంత నిలువరించే ఉంటారు గాని తరువాత తరువాత వారికి శక్యం కాకపోయింది. ఆర్యులు మొదట్లో ఉత్తర దిక్కున ఆఫ్ఘనిస్థానంలోను, పంజాబులోను నివాసం ఏర్పరచుకొన్నారు. ఇప్పుడు మనం ఉండే సంయుక్త రాష్ట్రాలకు (యు.పి) కూడా చేరుకొన్నారు. పిమ్మట మధ్య దేశంలో వింధ్య పర్వతాలదాక ఆక్రమించు కొన్నారు. కీకారణ్యంగా ఉండే వింధ్య పర్వతాలను దాటలేక ఆర్యులు చాలాకాలం వాటికి ఉత్తరాన్నే ఉండిపోయారు. తరువాత వారిలో కొందరు కొందరు దక్షిణానకు

వెళ్లినా తండ తండాలుగా పోక పోవడం వల్ల దక్షిణదేశం ముఖ్యంగా ద్రావిడ మయంగానే ఉండి పోయింది.

ఆర్యులు ఈ దేశానికి వచ్చిన ఆ కాలపు ప్రాంతాలలోనే వారి వేదగ్రంథాలు పుట్టి ఉంటవి. వాటివల్ల ఆ కాలపు విశేషాలు మనకు చాలా తెలియవస్తున్నవి. ఆ వేదాలలో ఋగ్వేదమనేది మొదట్లో పుట్టింది. ఆర్యులు మొదట్లో ఆక్రమించుకొన్న ప్రదేశాలనుగూర్చి ఋగ్వేదంలో ఎన్నో విశేషాలున్నవి. ఆ పిమ్మట వారు ఎక్కడెక్కడికి వెళ్లింది తక్కిన వేదాలవల్ల, పురాణములవల్ల మనం తెలిసికోవచ్చు. ఈ వేదాలు, పురాణాలు సంస్కృతగ్రంథాలు, వీటిని గూర్చి నీ కిప్పుడేమీ తెలియకపోయినా, పెద్దదానవైన పిమ్మట తెలుసుకోవచ్చు. ఈ పురాణాల్లో ఉండే కథలు కొన్ని నీ వెరిగేఉంటావు. ఆ తరువాత రామాయణమనే మహాగ్రంథం, ఆ పిమ్మట భారతగ్రంథం పుట్టినవి.

ఆర్యులు మొదట్లో కాలు పెట్టిన ఆఫ్ఘనిస్థానాన్ని పంజాబును బ్రహ్మావర్తమన్నారు. ఆఫ్ఘనిస్థానాని కప్పట్లో గాంధారమని పేరు. మహాభారతంలో గాంధారి పేరు విన్నావుగా. ఆమె గాంధార దేశపు ఆడుపడుచే. ఆఫ్ఘనిస్థానం ఇప్పుడంటే విడిపోయిందిగాని పూర్వం ఇండియాలో కలిసే ఉండేది.

ఆర్యులు పిమ్మట గంగా, యమునా నదీతీరాలకు చేరుకొని ఉత్తరదేశ మంతటికీ ఆర్యావర్తమని పేరు పెట్టుకొన్నారు.

పూర్వకాలపు ప్రజలందరివలె ఆర్యులుకూడా నదీ తీరాల్లోనే పట్టణాలు కట్టుకొన్నారు. కాశి, ప్రయాగ మొదలైన వారినగరాలన్నీ నదీతీరాల్లోనే వెలసినవి.

29

ఇండియాలో ఆర్యులు

ఆర్య లిచటికి వచ్చి అయిదారువేల యేళ్ళో, ఇంకా ఎక్కువకాలమో గడచిఉంటుంది. వారందరు ఒక్కసారిగా గాక, కొన్ని కొన్ని కులాలవారు కుటుంబాలవారు తండాలు తండాలుగా కొన్ని వందలఏండ్ల తరబడిగా ఇచటికి చేరి ఉంటారు. బండ్లమీదనో, జంతువుల మూపులమీదనో తమ సంసారసామగ్రు లెక్కించుకొని దారిపొడవునా పదువులుగట్టి వారు ఎలావచ్చి చేరుకొన్నారో! వారు రావడమంటే ఈ రోజుల్లో విదేశాలనుండి యాత్రాపరులు వచ్చి వెళ్లినట్లా? మళ్లా వెనక్కు తిరిగి వెళ్లే ఆలోచనే లేదు వారికి. చావో, బ్రదుకో ఇక్కడే అని తెంపుచేసుక వచ్చారు. ఎక్కువమంది వాయవ్య దిశనున్న పర్వత మార్గాలవెంట వచ్చినవారే. కొందరు పడవలలో పర్షియా సింధుశాఖ మీదుగా సింధునదీ ముఖద్వారాన ఎగువకు వచ్చిఉంటారు.

వారు వ్రాసిన గ్రంథాలవల్ల ఈ ఆర్యులచరిత్ర కొంత తెలియవస్తున్నది. వారి వేదాలు మానవలోకపు రచన లన్నింటికంటె పురాతనాలు. వేదాలనేవి ఎవరో వ్రాసిన గ్రంథాలు కావు. కంఠపాఠం చేసి వానిని గానంచేస్తూ ఉంటారు. ఆ వేదాలలో ఉండే సంస్కృతమాధుర్యం ఎటువంటిదో గాని వాటిని ఊరకే పాడుకోవాలనిపిస్తుంది. వేదం నేర్చినవారు ఇప్పటికీ, గంభీరకంఠాలతో గానం చేస్తూ ఉంటే ఎంతో మనోరంజకంగా ఉంటుంది. వేదాలు హిందువుల ధర్మగ్రంథాలు. వేదం అనగా జ్ఞానం. పూర్వకాలంలో గొప్ప జ్ఞానులైన ఋషులు, మౌనులు తమ జ్ఞానమంతటినీ వేదాలలో చెప్పి పెట్టేరు. ఇప్పటిరైళ్లు, టెలిగ్రాఫులు, సినీమాలు ఆకాలాన లేవుగనుక వారు తెలివితక్కువవారను కొంటావేమో? కారుసుమా. పూర్వపు ఋషులకుండే జ్ఞానం మరెవరికీ లేదనికూడా కొంద రంటారు. అది యెలాఉన్నా, ఆనాటివారి గ్రంథాలు నేటికీ ప్రశంస అందుకొంటున్న మాట నిజం. అదే చాలు, వారి ఆధిక్యాన్ని చాటిచెప్పడానికి.

ఈ వేదాలు ఒకరు వ్రాసినవి కావని చెప్పేను గాదూ! ఆర్యులు తండ్రి బిడ్డ తరాల వెంట వేదాలను కంఠపాఠంగా వల్లించి రక్షించుకున్నారు. పుస్తకాలకు

పుస్తకాలే కంఠ పాఠం చేయడమంటే ఇప్పుడు మనకు సాధ్యమయ్యే పనియేనా? ఆర్యుల జ్ఞాపకశక్తి ఎంత గొప్పదో ఆలోచించు.

వేదములు పుట్టిన కాలాన్ని వేదకాల మంటారు. వేదాలలో ఋగ్వేద మనేది మొదటిది. వేదఋషులు గానం చేసిన ఋక్కులే ఋగ్వేదం. ఎప్పుడూ చింతతో చివుకుతూ, కుములుతూ ఉండక, ఆనాటివారు సంతోషంతో, సాహసంతో, సరదాగా ఉండేవారు. కనుకనే వారు పాటలు పాడుకుంటూ, దేవతలను కీర్తిస్తూ కలకల లాడుతూ ఉండగలిగారు.

ఆర్యులంటే పెద్దలు, పూజ్యులు అని అర్థం. దీన్ని బట్టి చూస్తే వారికి తాము అధికులమనే అభిమానం ఉండేదని తెలుస్తుంది. ఆనాటి ఆర్యులు స్వాతంత్ర్య ప్రియులు. వారి సంతతి వారు ఈనాటి కిట్లా స్వాతంత్ర్యం కోలు పోయినామనే చింతైనా లేకుండా, అధీరులై పోయినారు గాని ఆనాటి ఆర్యులు స్వాతంత్ర్య రహితమైన, మానహీనపు బ్రతుకు కంటె చావే మేలని ఎంచుకొనేవారు.

ఆర్యులు యుద్ధ విద్యలో గడిదేరిన వారు. వారికి శాస్త్రజ్ఞానం కూడా *(Science)* కొంత ఉండేది. ముఖ్యంగా వ్యవసాయ విద్యలో వారు నిపుణులు. ఆ వృత్తీ, దానికి సంబంధించిన సమస్తమూ వారికి ప్రాణపదం. తమ భూములకు జలదానంచేసే నదులను పరమోప కారులైన నెచ్చెలులుగా ఎంచుకొనే వారు. ఆవులు, ఎద్లు ఆర్యులకు నిత్య సహచరులైన చుట్టాల వంటివి. ముఖ్యంగా ఆవులు వారికి పాలిచ్చి పెంచే తల్లుల వంటివి గనుక వాటికి శ్రద్ధా భక్తులతో పాలన పోషణములు చేస్తూ, వాటిని కీర్తిస్తూ ఉండేవారు. గోభక్తికి ఉండుకున్న ఈ మూలకారణాన్ని మరచి, ఈ నాటివారు ఊరకే గోపూజలు చేస్తూ ఉంటారు. ఈ పూజల వల్ల ఎవరికి ఏమిప్రయోజనమో తెలియకుండా ఉంది.

ఆర్యులకు తాము అధికులమనే అభిమానం ఉండేది గనుక ఈ దేశంలో ఉండే ఇతరులతో సాంగత్యం చేసేవారు కారు. ఇతరుల సాంగత్యం వల్ల తమజాతి సంకరమై పోతుందనే భయంకొద్దీ అన్యజాతులతో వివాహం పనికి రాదని ధర్మశాస్త్రాలలో కట్టుదిట్టం చేసేరు. ఈ నిషేధములే ఈ నాటి వర్ణభేదాలకు దారితీసినవి. ఒక వర్ణంవారు ఇంకోవర్ణం వారితో కలిసి భుజించడం, ఒకరి నొకరు తాకడం కూడా దోషమనే స్థితి దాపరించి, నగుబాటు పాలైన వీ భేదాలు, అదృష్టవశాత్తు ఈ భేదాలు నానాటికి తగ్గిపోతున్నవి.

30

రామాయణ మహాభారతాలు

వేదకాలం తరువాత ఆర్యుల చరిత్రలో ఇతిహాస కాలం ముఖ్యమయినది. రామాయణం, మహాభారతం అనే గొప్ప ఇతిహాస గ్రంథాలు పుట్టిన కాల మది. వీరుల చరిత్రను చెప్పే పెద్ద పద్యకావ్యాల నితిహాసము లంటారు.

ఇతిహాసకాలం నాటికి ఆర్యులు వింధ్యకు ఉత్తర మందున్న దేశాన్ని అంతటిని ఆక్రమించి, దానికి ఆర్యావర్తమని పేరు పెట్టేరు. నేటి సంయుక్త పరగణాలను (యు.పి) మధ్యదేశ మన్నారు. నేటి బెంగాలును వంగ దేశమనే వారు.

నీకు ఇంకో చిత్రమైన సంగతి చెప్పుదునా? హిమాలయాలకు వింధ్యకు మధ్యగా అప్పటి ఆర్యావర్తం ఎక్కడ ఉండేదో మన దేశపటంలో నువ్వు చూచావూ అంటే, అది బాల చంద్రాకారంగా ఉన్నట్టు కనిపిస్తుంది. అందుకే ఆర్యావర్తానికి ఇందు దేశమని పేరు వచ్చింది. ఇందు అంటే చంద్రుడు ఇందు దేశమే హిందుదేశ మయింది. ఏమి!బాగున్నదా ఈ ఊహ?

బాల చంద్రుడంటే ఆర్యులకు ప్రీతి. బాలచంద్రాకారంగా ఉండే ప్రదేశాలను వారు పవిత్రంగా ఎంచుకుంటారు. బెనారెసు మొదలైన పుణ్యక్షేత్రాలన్నీ నెల బాలుడి ఆకారంగానే ఉన్నవి. అలహాబాదులో కూడా – నువ్వు చూచావో, లేదో – గంగానది నెలవంకలాగ వంపు తిరిగింది.

సీతారాముల వివాహం, సీతమ్మను లంకాపతి (సిలోన్) యైన రావణుడు ఎత్తుకపోవడం, ఆతణ్ణి రాముడు సంహరించడం – ఇదే రామాయణ కథ. ఆదిలో వాల్మీకి రామాయణాన్ని సంస్కృత భాషలో రచించాడు. రామాయణ కథ ఇతర భాషలలోకి కూడా వచ్చింది. వాటి అన్నిటిలో, తులసీదాసు హిందీ భాషలో చెప్పిన 'రామచరిత మానసం' మేటి కావ్యం.

శ్రీరామునకు దక్షిణ దేశంలో వానరులనే కోతులు తోడ్పడినవనీ, హనుమంతుడు వానరులలో మేటియని రామాయణం చెపుతున్నది. రామాయణమనేది ఆర్యవీరుడైన రామునకు, దక్షిణదేశ వీరుడైన రావణునకు

మధ్య జరిగిన యుద్ధ చరిత్రే అయి ఉండవచ్చు. దక్షిణదేశంలో నల్ల వన్నెగా ఉండే వారినే రామాయణం వానరులన్నదేమో? రామాయణం నిండా చక్కని కథలెన్నో ఉన్నవి. వాటిని నువ్వు చదువుకోవలసిందే తప్ప నేను ఇచట చెప్పలేను.

రామాయణం పుట్టిన చాలా కాలానికి మహాభారతం పుట్టింది. రామాయణం కంటె పెద్ద గ్రంథ మది. దానిలో చెప్పింది ఆర్య ద్రావిడ యుద్ధం కాదు; ఆర్యుల మధ్య ఏర్పడిన కుటుంబ కలహమే భారత కథ. యుద్ధం మాట అలా ఉండ నివ్వగాని, భారతంలో చెప్పిన కథలు, ధర్మాలు - ఇన్నీ అన్ని కావు. అవి చాలా అందంగా, గంభీరంగా ఉంటవి. వీటి అన్నిటికంటె గొప్పదైన భగవద్గీత అనే కావ్యరత్నం మహాభారతంలో ఉన్న కారణాన అది మనకందరకు ప్రియతమ మయింది.

వేలకొలది యేండ్ల క్రితమే ఇండియాలో ఇటువంటి మహాగ్రంథాలు పుట్టినవి. వీటిని వ్రాసినవారు మహానుభావులై ఉండాలే కాని మరొకటి కాదు. ఆ గ్రంథాలు పుట్టి ఇంతకాలం గడచినా నేటికి కూడా వాటి నెరుగని పిన్నలు, వాటివల్ల ప్రయోజనం పొందని పెద్దలూ అంటూ లేరు.

సమాప్తం